ஞானவியல்

(ஞானத்தின் இலக்கணம்
ஞானிகளின் இலக்கணம்)

Derek Lin – இன்
Tao Te Ching
(த்தாவோ த்தூ ஜியாங்)

ஆங்கில பிரதியிலிருந்து
தமிழ் மொழியாக்கம்

ஆசிரியர்
சு.தீனதயாளன்

சொல்லாக்கியம் வெளியீடு

1/1 மண்ணடி அம்மன் கோயில் தெரு
சங்கர் அடுக்ககம் "சி" தொகுதி
ஆதம்பாக்கம், சென்னை– 600088

நூல் விவரம்

நூற்பெயர்	: ஞானவியல்
ஆசிரியர்	: சு.தீனதயாளன்
உரிமை	: ஆசிரியருக்கு
பொருள்	: ஆன்மீகம்
இரண்டாம் பதிப்பு	: டிசம்பர் 2017
பக்கம்	: 112

வெளியிடுவோர் : சொல்லாக்கியம் வெளியீடு
1/1 மண்ணடி அம்மன் கோயில் தெரு
சங்கர் அடுக்ககம் "சி" தொகுதி
ஆதம்பாக்கம், சென்னை– 600088

தொடர்பு : 9940369834 / 001 780 838 3993
dheena_subramanian@yahoo.com

விலை : ரூ. 100.00

ரமண மகரிஷி
(ஞானியரின் இலக்கணம்)

லாவோ ட்சா

காணிக்கை

உயிரூட்டிய தந்தை சோழமூர் சுப்பிரமணியம் அவர்களுக்கும்!
உடலீந்த தாய் வக்கனம்பட்டி சரோஜா அவர்களுக்கும்!
ஆயிரமாயிரம் கேள்விகளுக்கு பதில்கள் பெற குருவாய் நிற்கும்
திருவண்ணாமலை ரமண மகரிஷி அவர்களுக்கும்!
ஒருமையாய், முழுமையாய், அமைதியாய், ஆனந்தமாய்,
அசைவின்றி, நிலையாய், எல்லா பொருளும், உயிரும், இருத்தலும்
பௌதிக விதிகளுக்கும், அதற்கு ஒப்பான கர்ம விதிகளுக்கும்,
அதாவது தர்மத்திற்கும் ஏற்ப, தனக்குள் இயங்க
ஆற்றலை ஓயாது அருளும், ஞானம் கூட்டும்
பிரக்ஞையான தெய்வத்திற்கும்!

அணிந்துரை

ஆன்மீகம் என்பது கடலைப் போல் பரந்து விரிந்தது. அதன் ஆழத்தை எவராலும் அறிய முடியாது. கடலின் வடிவம், நிறம், சுவை எல்லாம் ஒன்றாக இருப்பினும் – அது தத்தமது தேசங்களையொட்டி வெவ்வேறு பெயர்களால் அழைக்கப்படுகிறது. இங்கே இந்து மகா சமுத்திரம் என்கிறோம். இன்னோர் இடத்தில் பசிபிக் பெருங்கடல் என்று அழைக்கப்படுகிறது. பெயர்கள் மாறுபட்டாலும் கடலின் குணங்கள் செயல்கள் எல்லாம் ஒன்றுதான். அப்படித்தான் ஆன்மீகமும் அது சார்ந்த ஞானமும். புத்தருக்கு போதிமரம் என்றால், சங்கரர்க்கு தன்னை உரசிச் சென்ற புலையனால் ஞானம் கிடைத்தது.

இந்த ஞானம் சார்ந்த தத்துவங்கள் ஆன்மீகம் எனும் கடலில் அரியதொரு பொக்கிஷமாய் கிடைக்கும் முத்துக்களை ஒத்ததாகும். இந்த ஞானம் நமது இந்திய தேசத்தில் நிறையவே விதைக்கப்பட்டுள்ளது. இதில் நமது தேசத்தின் முன்னோடிகளான சித்தர் மரபுக் கூட்டங்கள் வா-யிலாக ஞானம் குறித்த மிக மிக அற்புதமான பாடல்களை நமக்கு அளித்துச் சென்றுள்ளார்கள். அதுமட்டுமின்றி புலன்களின் ஆட்டத்தையும் அதை அடக்கும் ரகசியங்களையும் கூட சொல்லிவிட்டுச் சென்றுள்ளார்கள்.

அதுமட்டுமா... அவர்கள் சொல்லாத ஆன்ம ரகசியங்களே இல்லை எனலாம். அதன் பின் அந்த வரிசையில் எண்ணற்ற ஞானிகள் தோன்றினார்கள். நாயன்மார்கள், ஆழ்வார்கள், சங்கரர், ராமானுஜர், வள்ளலார், பரமஹம்சர், விவேகானந்தர், ஓஷோ... இப்படி அடுக்கிக் கொண்டே செல்லலாம்.

அருகாமையில் உள்ள சீன தேசத்திற்கும் நமக்கும் பல காலங்களாக ஆன்மீகத் தொடர்புகள் இருந்து வந்திருக்கின்றன என்பதற்கு பல சான்றுகள் இருப்பினும் நம்முடைய போகர் சித்தர்... "போ யாங்", "வா ஒசியூ" என்ற பெயர்களில் சீன தேசத்தில் சில காலங்கள் வாழ்ந்துள்ளார் என்றும் ஆய்வுகள் கூறுகின்றன.

இது போன்ற நமது ஞானியரது மெஞ்ஞானத் தத்துவங்களை மேலை நாட்டிற்கு மொழிபெயர்த்து அனுப்புவதும் – மேல் நாட்டு தத்துவங்களை நம் நாட்டிற்கு எடுத்து வருவதுமான பணி கடந்த சில காலங்களில் அதிகமாக நடந்து வருகிறது. இவைகளை நாம் ஒப்பிட்டுப் பார்க்கிற போது ஞானம்

குறித்த இலக்கணங்களில் மேலை நாட்டினருக்கும் நமது நாட்டினருக்கும் பெரிய வித்யாசம் இல்லாதது போலவே தோன்றுகிறது. அவரவர் தேசத்து கலாச்சாரத்திற்கேற்ப எழுதப்படுகின்ற சொற்றொடர்களில் வித்யாசமிருந்தாலும் – அவர்கள் சொல்ல வந்த நோக்கத்தின் பொருளில் எந்த மாற்றமும் இல்லை.

அந்த வரிசையில் இந்த நூலின் ஆசிரியர் திரு. சு.தீனதயாளன் அவர்கள் இந்த அரிய பணியை ஏற்று – சீன நாட்டு தத்துவஞானி “லாவோ ட்சா”–வின் “த்தாவோ த்தூ ஜியாங்” என்ற ஆங்கில நூலை நமக்கு தமிழில் மொழி பெயர்த்து அளித்துள்ளார்கள். இது மாதிரியான முயற்சிக்கு நல்ல ஆங்கிலப் புலமையும், கவித்துவமான சிந்தனையும், ஆன்மீக ஞானத்தில் அதீதமான ஈடுபாடும் இருந்தால் மட்டுமே இவ்வாறான நூல்களை நமக்கு தர முடியும். அதை இவர் இந்த நூலில் நிறைவாகவே செய்துள்ளார்.

இந்த நூலில் 81 கவிதைகள் உள்ளன. அவைகள் அனைத்தையும் நாம் ஊன்றிப் படித்துப் பார்த்த போதும் – ஆசிரியரின் அடிக்குறிப்பை உற்று நோக்கிய போதும் – மூல ஆசிரியரின் சிந்தனையை – நமது இந்துத்துவ இயலில் பொருத்திப் பார்த்திருப்பதை நாம் கவனித்தோம். இது நூலாசிரியர் நம் நாட்டு மெஞ்ஞானத் தத்துவங்களில் கொண்டுள்ள நல்ல பரிச்சயத்தையே காட்டுகிறது. இந்த நூல், ஆசிரியரின் கவிப்புலமையையும், அவரது ஞானவியல் சிந்தனையையும் பட்டை தீட்டுவது போல் அமைந்துள்ளது.

இந்த நூலின் அனைத்துப் பகுதிகளையும் நாம் படிக்கிற போது... அத்தியாயம்–2ல், இருப்பதும் இல்லாததும் சேர்ந்து ஒன்றை உருவாக்குகிறது. இது கீதையின் வரிகளையும், அத்தியாயம்–14ல், பிரும்மம் குறித்த விளக்கம் நமது உபநிடதங்களையும், அத்தியாயம்– 22ல், அகங்காரத்தை ஒழித்தல், சித்தரின் போதனையையும் நமக்கு ஞாபகம் ஊட்டுகிறது.

அத்தியாயம்–25ல், அண்டம்–அணுத்துகள் குறித்த செய்தி திருவாசகத்தின் திரு அண்டப்பகுதியில் வருகிற (1–6 வரிகள்)

“அண்டப் பகுதியின் உண்டைப் பிறக்கம்
அளப்பு அரும் தன்மை வளப் பெருங்காட்சி
ஒன்றனுக்கு ஒன்று நின்றெழில் பகரின்
நூற்று ஒரு கோடியின் மேல்பட விரிந்தன
இல்நுழை கதிரின் துன் அணுப் புரையச்
சிறிய ஆகப் பெரியோன் தெரியின்.”

என ஐயம் தீர்க்கப்படுகிறது. இப்படி எல்லா பாடல்களையும் நாம் சொல்லிக் கொண்டே போகலாம்...

விதவிதமான – வித்யாசமான என்பதோடு ஞானச் செடிகள் நடப்பட்டு – அவைகள் மூலமாக மலர்ந்து மணம் வீசும் ஒரு அற்புதமான ஞானத் தோட்டம் இந்த நூல் எனலாம். ஆசிரியரின் கற்றறிவு, ஞானம் குறித்த அவரது விசாரணை, இவரது அறிவாட்சிக்கு இந்த நூல் நல்ல எடுத்துக்காட்டு.

மேலை நாட்டு மெஞ்ஞானத்தை நம் நாட்டிற்கு கொண்டு வந்தது போல் – நம் நாட்டு மெஞ்ஞானங்களையும் மேலை நாட்டிற்கு வருங்காலங்களில் இவர் கொண்டு செல்ல வேண்டும் என்பது என் விருப்பம். அதற்கான தகுதியும் மிகுதியும் நமது தமிழில் விரவிக் கிடக்கிறது. ஆசிரியரிடமும் அது நிறைய பரவிக் கிடக்கிறது.

இது ஒரு அற்புதமான நூல். இவரைப் போன்றவர்கள் இப்பணியில் ஈடுபடுவது வருங்காலங்களில் ஆன்ம ஞானப்பயிர் நன்கு வளரும் என்ற நம்பிக்கையை நமக்கு ஏற்படுத்துகிறது. இவர் இன்னும் இதுபோன்ற ஞான உரங்களை இம்மண்ணுக்கு இட்டு... இம்மண்ணையும் வளர்த்து அவரும் வளர்ந்து உலகப்புகழ் பெற எல்லாம்வல்ல இறைவனை வேண்டி இறைஞ்சுகிறேன்.

வளர்க உங்கள் ஞானம்!

அன்புடன்
இரா. பொன்னாண்டான்.
தேவக்கோட்டை

முன்னுரை

லாவோ ட்சா (Lao Tse) தான் "த்தாவோ த்தூ ஜியாங்" கை எழுதினார் என்றாலும், த்தாவோயிசம் எனும் தத்துவமும் நடைமுறையும் பூ ஷி (Fu Hsi) மற்றும் உவாங் டீ (Huang Ti) காலத்திலிருந்தே சீனத்தில் இருந்து வந்துள்ளதாய் கூறப்படுகின்றது. பூ ஷி யும், உவாங் டீ யும் 4700 ஆண்டுகளுக்கு முற்பட்டவர்களென கருதப்படுகின்றது.

லாவோ ட்சா ஏன், எதற்காக 'த்தாவோ த்தூ ஜியாங்' கை எழுதினார் என்பதற்கு ஒரு சுவாரசியமான கதை ஒன்றுள்ளது. ஜவ் வம்சம் (Zhou Dynasty) வலிமையிழந்துக் கொண்டிருந்த சமயத்தில், குறுநில ஆட்சியாளர்கள் தங்களுக்கிடையில் போரிட தயாராகிக் கொண்டிருந்த காலகட்டத்தில், ஹாங்கவ் கணவாயின் தளபதி, யின் ஷி, கடந்துப் போகும் பிரயாணிகளை நோட்டம் விட்டுக் கொண்டிருந்தார்.

ஒரு எருதின் மீது வயதான மனிதர் ஒருவர் அமர்ந்தவாறு மெதுவாக வருவதைக் கவனித்தார். அந்த மனிதர் ஏதோ வித்தியாசமானவராக தெரிந்ததால், "நீங்கள் யார்?" என்று அருகில் சென்று கேட்டார்.

"நான் லீ எர்", என பதில் வந்தது, எந்தவித உணர்ச்சியையும் வெளிப்படுத்தாமல். அப்பெயர் பிரசித்தமான ஒன்று. 'வயதான குரு' என்றழைக்கப்படும் "லாவோ ட்சா தானே நீங்கள்?" என வினவினார் யின் ஷி. "ஆம்" என்று பதில் வந்தது சற்று தயக்கமுடன். "இது எனக்கு கிடைத்த பெரும்பாக்கியம்", எனக்கூறி அவரை வணங்கி, "நான் த்தாவோவை ஆவலுடன் கற்கும் மாணவன். நீங்கள் த்தாவோவை தெய்வீக சக்தியுடன் கற்பிப்பதாக மக்கள் கூறுகின்றனர்", என்றார் யின் ஷி.

"மக்கள் கூறுவதை நாம் அவசரப்பட்டு நம்பிவிடக் கூடாது, தளபதி அவர்களே!" – லாவோ ட்சா.

"உங்கள் பயணத்தைத் தொடரும் முன் நீங்கள் என்னுடன் கண்டிப்பாக தேநீர் அருந்த வேண்டும்" – யின் ஷி.

கோரிக்கை உண்மையாய் இருந்ததால் ஒப்புக் கொண்டார், லாவோ ட்சா. "ஐயா, தாங்கள் எப்படி இஞ்ஞானத்தை எல்லோரும் போற்றும்படி பெற்றீர்கள்?" – யின் ஷி.

"எனக்கு ஞானம் இருப்பதாக நான் உரிமை கொண்டாடுவதில்லை.

நான் பல ஆண்டுகள் ராஜா வ்வூ வின் அரசு ஆவணகாப்பாளராக இருந்ததால் மற்றவர்கள் அவ்வாறு நினைக்கின்றனர் போலும்'' – லாவோ ட்சா.

''நீங்கள் படிக்கின்ற புத்தகங்கள் அனைத்தையும் ஞாபகத்தில் இருத்தி தொகுத்தளிக்கின்ற திறமையால்தான் அப்பதவி உங்களுக்கு கிடைத்தது. நீங்கள் ஏராளமான அறிவைப் பெற்றிருக்க வேண்டும்'' – யின் ஷி.

''த்தாவோ என்பது எளிமைக்குத் திரும்புவது பற்றித்தானே ஒழிய, அறிவைத்தேடி ஓடுவது அன்று. நூலகத்தில் பல புத்தகங்கள் இருப்பினும், அவை த்தாவோவின் சாரத்தைக் கைப்பற்ற இயலாததாய் உள்ளன'' – லாவோ ட்சா

''அவ்வளவு புத்தகங்களும் ஒரே இடத்தில் இருப்பதை என்னால் கற்பனை செய்ய முடியவில்லை. ராஜாவால்தான் அவ்வளவு புத்தகங்களையும் குவிக்க முடியும். நான் ஒரு புத்தகத்தைப் பார்ப்பதும் அதிசயமே. நூலகம் என்பது என் அறிவிற்கு எட்டாததாய் உள்ளது'' – யின் ஷி.

''புத்தகங்கள் இறந்துப்போனவை தளபதியாரே! என்றோ போய்விட்ட மக்களின் வார்த்தைகள் அவை. சிறந்த புத்தகங்களிலிருந்து வாழும் ஞானத்தைப் பெற வேண்டுமானால், அவ்வார்த்தைகளை வாழ்வில் பயன்படுத்த வேண்டும்'' – லாவோ ட்சா

''ஆமாம், உண்மைதான். ஆனாலும் உங்கள் பதவியை அடைய பலரும் போட்டியிடுவார்களே'' – யின் ஷி.

''ஆமாம், பதவி கௌரவமானதாக தோன்றலாம். ஆனால் அதே சமயத்தில் உண்மையில் ஆபத்தானதுங்கூட. பலர் தவறான வழிகளில், ஏன், வன்முறையைப் பிரயோகித்தும் கூட பதவிகளை அடைய நினைக்கிறார்கள். ராஜாவிற்கு சேவை செய்வதும் ஆபத்தானது. அஜாக்கிரதையான தவறு செய்ததால், தன்னுடைய ஆலோசகர்களைக் கூட ராஜா விட்டு வைப்பதில்லை என்பது தாங்கள் அறியாதது அல்ல''– லாவோ ட்சா.

''ஆனாலும் நீங்கள் இவ்வளவு காலம் சமாளித்து அரசு காப்பாளராகவே இருப்பதற்கான இரகசியம் என்ன?''– யின் ஷி.

''இரகசியம் எதுவுமில்லை. நான் த்தாவோவைப் பயன்படுத்து கின்றேன். அவ்வளவுதான். யார் வேண்டுமானாலும் அதைச்செய்யலாம் – ஆபத்தைத் தவிர்த்து, அமைதியை அனுபவித்து – த்தாவோவை கவனமுடன் வளர்த்தால்!'' – லாவோ ட்சா.

''அப்படியானால், நெடுங்காலம் உங்கள் பதவியை நீங்கள் தக்க வைத்துக் கொள்ள முடியும்'' – யின் ஷி.

''இல்லை, ராஜாவுடனான என்னுடைய வேலை முடிந்து விட்டது. நான் ஓய்வெடுக்கப் போகிறேன். போர் மேகம் சூழ்ந்திருக்கும் இச்சமயம்,

இங்கிருக்க வேண்டிய அவசியமில்லை"– லாவோ ட்சா.

"நான் உங்களைக் கண்டு பொறாமைப்படுகின்றேன். போர் மூளப்போவதை நானும் அறிவேன். விலகிப்போக நினைத்தாலும், சொத்தும் வேலையும் என்னைக் கட்டிப் போட்டுள்ளன" – யின் ஷி.

"ஆசையும் பற்றும் அத்தகைய இயல்புடையன. எதற்கு ஆசைப்படுகின்றாயோ அதுவே உன்னைக் கட்டிப்போடுகின்றது. ஆசையைத் துறத்தலும் குறைத்தலும், உன்னைச் சுதந்திரமாக்க முயல்கின்றன" – லாவோ ட்சா.

"நீங்கள் போகப்போவது வருத்தமளிக்கின்றது. ஐயா, நானும் பிறரும் உங்களிடம் இருந்து நிறைய கற்றுக்கொண்டிருக்கலாம். நாங்களே த்தாவோவை வளர்க்கும் வகையில், நீங்கள் எங்களுக்காக குறிப்புகளை எழுதித்தர முடியுமா?" – யின் ஷி.

"அதுவும் நல்ல யோசனைதான். அடிப்படையான கருத்துகளையும், நிலையான கூற்றுகளையும், அரசு காப்பகத்தில் உள்ள முக்கிய புத்தகங்களின் சாராம்சத்தையும் எழுதுகிறேன். ராஜா வ்வூக்கு பல ஆண்டுகளாக த்தாவோவின் அடிப்படையில் தந்த ஆலோசனைகளையும் சேர்க்கிறேன்" – லாவோ ட்சா.

"அத்தகைய ஆலோசனை எனக்கு பொருந்துமா, ஐயா?"– யின் ஷி.

"கண்டிப்பாக. அதன் எல்லை மாறலாம். ஆனால், த்தாவோ நீ யாரா–யிருப்பினும் நிலையாக உள்ளது. ராஜாவோ, சாமானியனோ த்தாவோ வேறுபடுத்துவதில்லை"– லாவோ ட்சா.

லாவோ ட்சா தன் அற்புதமான நினைவாற்றலை வைத்தும், தெளிவான புரிதல் கொண்டும், வெவ்வேறு சிறந்த புத்தகங்களின் சாரத்தை ஒவ்வொரு அத்தியாயமாக எழுதினார்.

லாவோ ட்சா கையெழுத்துப் பிரதியை யின் ஷி யிடம் வழங்கினார். யின் ஷி யால் நம்பவே முடியவில்லை. ராஜா வ்வூ வின் தனி நூலகத்தையே சுருக்கித் தந்தது போலிருந்தது. பெரும் அறிவுக்களஞ்சியத்தை வைரக்கல்லாக குறுக்கித் தந்தது போலிருந்தது. லாவோ ட்சா விடைப்பெற்றுக் கொண்டு எருதின் மேலமர்ந்து தன் பிரயானத்தைத் தொடர்ந்தார்.

யின் ஷியோ, "ஐயா இந்த அன்பளிப்பிற்கு நான் எப்படி நன்றி கூறுவேன்? நான் உங்களை மீண்டும் காண்பேனா?" என்று கேட்டார்.

"இந்த அன்பளிப்பும் இறந்த விஷயந்தான். அந்த வகையில், இதுவும் பிற புத்தகங்களிலிருந்து வேறுபடவில்லை. நடைமுறையில் அதைப் பயன்படுத்தினால் உயிருடன் வரச் செய்யலாம். அப்படிச் செய்யும் போது என்னைக் காணலாம். த்தாவோவில்!" என்று கூறி கொஞ்சம் கொஞ்சமாக மறைந்தார்.

சீனம் தந்த ஞானம், த்தாவோ த்து ஜியாங் (Dhao Dhu Jiang / Tao Te Ching). மத்திய கிழக்கு தந்ததோ பழைய ஏற்பாடு, புதிய ஏற்பாடு, குரான். இந்திய துணைக் கண்டம் தந்ததோ பல. அவற்றுள் புத்தம், வேதாந்தம் மற்றும் சீக்கியம் பற்றி மட்டுமே இங்கே பேசப்படுகின்றது. வேறு பல பூகோள பகுதிகள், வெவ்வேறு ஞான வழிகளைக் காண்பித்துள்ளன. பலவித ஞானத்தின் கொள்கை, நடைமுறை மற்றும் பயனைச் சுருக்கமாக காண்போம்.

சீன ஞானம்

கொள்கை : பரம் வினையற்று இருப்பதில் நிலையாக உள்ளது. (37)

நடைமுறை : வாயை மூடு, கதவுகளை அடை, கூரை மழுங்கடி, முடிச்சுகளை அவிழ், கூசுவதை மங்கலாக்கு, தூசைக் கலந்துவிடு. (56) சிறந்த பிம்பத்தைப் பற்றிக்கொள் (35) அனைத்திற்கும் இறுதியான வெறுமையை அடைந்துவிடு (16).

பயன் : ஞானத்தில் வீற்றிருப்பதற்கு ஈடாக எதையும் ஒப்பிட முடியாது (62) நீண்ட ஆயுளுக்கும் நிலைக்கும் இலட்சியத்திற்கான ஞானம் இது (59) அவர்கள் உலகத்தால் கௌரவிக்கப்படுகிறார்கள் (56).

மத்திய கிழக்கு ஞானம்

பழைய ஏற்பாடு : (யூத மதம்)

கொள்கை : தேவனாகிய கர்த்தர், பார்வைக்கு அழகும் புசிப்புக்கு நலமுமான சகலவித விருட்சங்களையும், தோட்டத்தின் நடுவிலே ஜீவ விருட்சத்தையும், நன்மை / தீமை அறியத்தக்க விருட்சத்தையும் பூமியிலிருந்து முளைக்கப் பண்ணினார். (ஆதியாகமம், அதிகாரம் 2, வசனம் 9)

பின்பு தேவனாகிய கர்த்தர் : இதோ மனுஷன் நன்மை / தீமை அறியத்தக்கவனாய் நம்மில் ஒருவரைப்போல் ஆனான்; இப்பொழுதும் அவன் தன் கையை நீட்டி ஜீவ விருட்சத்தின் கனியையும் பறித்து, புசித்து, என்றைக்கும் உயிரோடிராதபடிக்குச் செய்ய வேண்டும். (ஆதியாகமம், அதிகாரம் 3, வசனம் 22)

இருக்கிறவனாக இருக்கிறேன்/ நான் அந்த நான் (யாத்திராகமம், அதிகாரம் 3, வசனம் 14)

நடைமுறை : அசைவற்று இருந்து நானே தேவனென்று அறிந்துக்கொள்ளுங்கள் (சங்கீதம் 46:10)

பயன் : இறைத்தன்மை.

புதிய ஏற்பாடு : (கிறித்துவம்)

கொள்கை : "இதோ, தேவனுடைய ராஜ்யம் உங்களுக்குள் இருக்கிறதே என்றார்". (லூக்கா அதிகாரம் 17, வசனம் 21)

நடைமுறை : "கேளுங்கள், அப்பொழுது உங்களுக்குக் கொடுக்கப்படும். தேடுங்கள் அப்பொழுது கண்டடைவீர்கள். தட்டுங்கள், அப்பொழுது உங்களுக்குத் திறக்கப்படும்." (மத்தேயு அதிகாரம் 7, வசனம் 7)

யார் உங்களில் குழந்தையாய் மாறுகின்றாரோ, அவரால் ராஜ்யத்தைக் கண்டுக் கொள்ளமுடியும். (தோமையார் வசனம் 46)

பயன் : நித்திய ஜீவன்.

குரான் : (இஸ்லாம்)

கொள்கை : "யார் காணாததை நம்புகிறார்களோ...." (அல்–பகாரா–பசு–002:003)

நடைமுறை : "அலீப், லாம், மீம்" (அல்–பகாரா–பசு– 002:001)

பயன் : அமைதி (சலாமு அலைக்கும்)

இந்திய துணைக் கண்டம்

புத்தம்

கொள்கை : "அணு முதல் விண்மீன்வரை, அனைத்திற்கும் அடிப்படையாக ஒரே நிஜத்தைக் காண்பதே ஞானம்." (தாமரைச்சூத்திரம்)

நடைமுறை : "நான் இரத்தினத் தாமரை!" (புத்த மந்திரம்)

பயன் : "கடந்து விட்டேன், கடந்து விட்டேன், அனைத்தையும் கடந்து விட்டேன், பரத்துடன் சேர்ந்துக் கடந்து விட்டேன், ஞானம் அனைத்தையும் விடுதலை செய்கின்றது" – சுதந்திரம் (இதயச்சூத்திரம்)

வேதாந்தம்

கொள்கை : "பிரக்ஞானம் பிரும்மம்" (அய்த்ரேய உபநிஷத், ரிக் வேதம் 1.2 (Prajnanam Brahman) (Consciousness-cum- Wisdom is Brahman)

"இந்த ஆத்மா பிரும்மம்" (மாண்டுக்ய உபநிஷத், அதர்வண வேதம் 1.2)(Ayam Atma Brahman -This Self is Brahman)

நடைமுறை : "நீ அது". (சாண்டோக்ய உபநிஷத் சாம வேதம் 6.8.7)

(Tat Tvam Asi- You are that)

"நான் பிரும்மம்" (பிருஹத் ஆரண்யக உபநிஷத், யஜுர் வேதம் 1.4.10) (Aham Brahmasmi- I am Brahman)

பயன் : அமைதியும் ஆனந்தமும், பிறப்பொழித்தலும்!

சீக்கியம்

*கொள்கை : ஓங்காரம் ஒன்றே உண்மையின் பெயர் (*Eik Omkar Sat Naam)

*நடைமுறை : ஓம்! (மன்துக்யா உபநிஷத்–*Mandukya Upanishad*)*

பயன் : அறியாமை ஒழிதல், உண்மை தெளிதல்.

எல்லா ஞானங்களும் கேள்விகளினூடே எழுந்தவைதான்.

பிரபஞ்சம் தோன்ற மூலக்காரணம் என்ன? உலகம் எப்படி சமான நிலையில் இயங்கிக் கொண்டிருக்கின்றது? உயிர் எப்படி தோன்றியது? மனிதனில் உயிர் எங்குள்ளது? உயிர் வேறு, ஆன்மா வேறா? மனிதனுக்கும் ஆன்மாவுக்கும் உள்ள தொடர்பு என்ன? வாழ்க்கையின் பயன் என்ன? மனிதனுக்கும் பிரபஞ்சத்திகும் இடையிலான உறவு என்ன? பிரபஞ்சத்தின் முடிவு என்ன?

இத்தகைய கேள்விகள், எல்லா காலங்களிலும், எல்லா மனித சமூகங்களிடையேயும் எழுப்பப்படுகின்றன. சமூகத்தின் அறிவு நிலைக்கேற்ப பதில்களும் தரப்படுகின்றன. தர்க்கத்திற்கு ஏற்புடையதாயின் ஒப்புக்கொள்ளப்படுகின்றன. இன்றேல், புதிய கருத்துகள் உருவாகின்றன. மீண்டும் புதிய ஆழமான, நுணுக்கமான கேள்விகள் முன்வைக்கப்படுகின்றன, பதில்கள் தர்க்கரீதியாக பரிசோதிக்கப்படுகின்றன. அறிவின் முன்னேற்றத்திற்கு கேள்விகள்தான் உந்து விசையாக உள்ளன. கேள்விகள் கேட்காத சமூகம் தேங்கிவிடும். தர்க்கமற்ற சமூகம் கேள்விகளைக் கூட அனுமதிக்காது. பழைய பதில்களையே சற்று திருத்தி திருப்தி காணும். இல்லையென்றால், வேண்டுமென்றே முரண்பாடுகளால் குழப்பி உண்மை எது பொய் எது என்று அறிய முடியா வண்ணம் மக்களை நிலை தடுமாறச் செய்யும். கேள்வியும் தர்க்கமும் அறிவு வளர்ச்சியின் இரண்டு கண்கள்.

கேள்விகள் பதிலற்று இருக்கும் வரை அறியாமை இருக்கும். அறியாமை இருக்கும் வரை சுதந்திரம் இருக்காது. சுதந்திரம் இல்லையெனில் அமைதி இருக்காது. அமைதி இல்லையென்றால் இன்பம் இருக்காது. இன்பம் இல்லையெனில் வாழ்வது எதற்கு?

மாறாக எல்லா கேள்விகளுக்கான பதில்களும் தர்க்கரீதியில் அமைந்தால் அதுவே ஞானம். புறத்தைப் பற்றிய ஆராய்ச்சியும், அகத்தைப் பற்றிய ஆய்வும் வெவ்வேறு திசைகளில் பயணித்தாலும், இறுதியில்

அவை இணைந்து, இயைந்து ஞானமாய் பரிணமிக்கின்றது. கேள்விகளற்ற நிலையே ஞானம்! எண்ணமற்ற நிலையே அமைதி! அமைதியின் மறுபக்கம் ஆனந்தம்! ஞானம் தனிச்சொத்தல்ல. ஞானம் அனைவர்க்கும் பொதுவானது. ஞானம், மனித வளர்ச்சியின் இன்றியமையாத அடுத்த கட்டம். ஆனால், ஞானம் தானாக நிகழாது. தனிமனித முயற்சியின்றி நடைபெறாது. மனிதனை முழுமையாக வளர்ப்பதும் வாழவைப்பதும் ஞானம் மட்டுமே!

எல்லா ஞானங்களிலும் மிகச்சிறந்ததாய் தோன்றுவது, த்தாவோ த்தூ ஜியாங். ஏனெனில், அது மிகவும் குறுகியதாய் இருப்பினும், எல்லா தத்துவ கேள்விகளுக்கும் பதிலிறுக்கின்றது. எளிமையாய் உள்ளது. ஆழமாயும் உள்ளது. எல்லாவற்றையும்விட தனிமனிதனின் அறிவு, சுதந்திரம், அமைதி, ஆனந்தம், நித்திய ஜீவன், இறைத்தன்மை என்பதை மட்டும் பார்க்காமல், ஞானிகள் சமூகத்தில் எப்படி ஒன்றிணைய வேண்டும், எவ்வாறு இயற்கையுடன் இயைந்துச் செயல்பட வேண்டும் என்றும், ஞானத்திற்கான இலக்கணத்துடன், ஞானிகளுக்கான இலக்கணத்தையும் ஒருங்கே கூறுவது, த்தவோ த்தூ ஜியாங் எனும் சீன ஞானத்தின் தனிச் சிறப்பாகும்.

நடைமுறைப்படுத்துவோம்! ஞானிகளாவோம்!

ஞானவியல்

அத்தியாயம் – 1

சொல்லக்கூடிய ஞானம் நிலையான ஞானமல்ல

சூட்டப்படக்கூடிய பெயர் நிலையான பெயரல்ல

பெயரற்ற ஒன்றே வானுக்கும் பூமிக்கும் ஆரம்பம்

பெயரிடப்பட்ட ஒன்றே கணக்கிலடங்கா பொருட்களின் தாய்

**இப்படியாக, எப்பொழுதும் ஆசையற்ற ஒருவர் அதன்
சாரத்தைக் காண்பார்.**

**நீடிக்கும் ஆசையுடன் இருப்பவர், அதன்
வெளிப்பாடுகளைக் காண்பார்.**

**இவையிரண்டும் ஒரே சமயத்தில் தோன்றினாலும்,
பெயரில் வேறுபடுகின்றன.**

இணைந்திருப்பதோ மர்மம் என்று சொல்லப்படுகிறது.

**மர்மங்களுக்கெல்லாம் மர்மமாக, எல்லா விந்தைகளுக்கும்
கதவாக அது நிலவுகிறது.**

குறிப்பு: "கண்டவர் விண்டதில்லை, விண்டவர் கண்டதில்லை" என்று ஒரு சொல்வழக்கு தமிழில் உண்டு. "ஞானம் அடைந்தவர், அதைப் பற்றிப் பேசியதில்லை; ஞானத்தைப் பற்றி பேசுபவர், அதை அடைந்ததில்லை", என்று அதற்கு பொருள் கொள்ளலாம். எனவே, ஞானமும் எளிதல்ல, அதைப்பற்றிப் பேசுவதும் கடினம். ஞானத்தைப் பற்றிச் சிந்திப்பதும் பேசுவதும் முடிவானதன்று. மேலும், ஞானம் புறத்தில் கிடைப்பது அல்ல. யாராலும் யாருக்கும் ஞானத்தை வழங்கிவிட முடியாது. ஞானத்திற்கான வழியை மட்டுமே ஒருவரால் சுட்டிக்காட்ட இயலும். வெவ்வேறு புலன்களின் தொடர்ச்சியான உணர்ச்சிகளால், எப்பொழுதுமே புறத்தே சென்று திருப்தியடைய ஓடும் மனத்தை, உள் பக்கமாக திருப்புதல் ஞானத்தின் முதல் படி. ஞானப் பயணம் ஒவ்வொருவரின் தனிப் பயணம். புறம், பரந்த வெளி; அகம், ஆழ்கடல்; பயணங்கள் முடிந்து அல்லது களைத்து ஓய்ந்திருப்பதே, ஓய்வாய், சும்மா இருப்பதே ஞானத்தின் வாசல். பின்பு, விருந்தளிப்பது வீட்டுக்காரரின் விருப்பும் பொறுப்பும்!

வெவ்வேறு மதங்கள் வெவ்வேறு மொழிகளில், ஒரே பொருளுக்கு வெவ்வேறு பெயர்களை இடுகின்றன. பெயரைக் காட்டிலும் பொருள் முக்கியம். பொருளின் குணங்கள் முக்கியம். பொதுவாக, ஒரு பொருளின் குணங்கள்தாம், அதன் பெயருக்கான அடித்தளமாய் இருக்கின்றன. குணங்களற்ற ஒன்றை எப்படி அழைப்பது? சர்வ குணங்களுக்கும் பின்புலமாக இருக்கும் ஒன்றிற்கு என்ன பெயரிடுவது? உருவமற்ற

ஒன்றை, எல்லா வடிவங்களையும் ஏந்தி நிற்கும் ஒன்றை என்னவென்று சொல்வது?

சாரம், அகம் உணர்ந்து அறிய வேண்டிய ஒன்று. வெளிப்பாடுகள், புலன்கள் கற்று அறிய வேண்டியவை. ஆன்மாவும் உடலும் இணைந்திருப்பது பெரிய மர்மம்தான். குணத்திலும் இயல்பிலும் இவையிரண்டும் நேர் எதிராக இருந்தும் இணைந்து இயங்குகின்றன. இந்த இணைப்புதான் மர்மங்களுக்கெல்லாம் பெரிய மர்மமாக உள்ளது.

அத்தியாயம் – 2

உலகம் எப்பொழுது அழகை அழகு என்று அறிகின்றதோ,
அப்பொழுது அசிங்கம் தோன்றுகிறது.
அது எப்பொழுது நன்றை நன்றாக அறிகின்றதோ,
அப்பொழுது தீது எழுகின்றது.

இவ்வாறு, இருப்பதும், இல்லாமல் இருப்பதும்
ஒன்றையொன்று உருவாக்குகின்றன.

கடினமும், இலகுவும், ஒன்றை மற்றொன்று
வெளிக்கொணர்கின்றன.
நீளமும், குட்டையும், ஒன்றை மற்றொன்று
வெளிப்படுத்துகின்றன.
மேலும், கீழும், ஒன்றை மற்றொன்று தாங்குகின்றன.
இசையும், குரலும் ஒன்றோடு மற்றொன்று இயைகின்றது.
முன்னும், பின்னும், ஒன்றை மற்றொன்று பின் தொடர்கின்றது.

எனவே ஞானிகள்:
சிரமமின்றி சேவைகளை ஒழுங்கு செய்வர்
மௌனமாக வழிகாட்டுவர்
அவர்கள் கணக்கற்ற பொருட்களுடன் செயல்பட்டாலும்
அவற்றைக் கட்டுப்படுத்துவதில்லை.
அவர்கள் உருவாக்கினாலும் சொந்தம் கொண்டாடுவதில்லை.
அவர்கள் வினை புரிந்தாலும் பலனை எதிர்பார்ப்பதிலை
அவர்கள் வெற்றி பெற்றாலும், வெற்றியில் திளைப்பதில்லை
அப்படி அவர்கள் வெற்றியில் திளைக்காத காரணத்தினால்
அது எப்பொழுதும் அவர்களை விட்டு நீங்குவதில்லை.

குறிப்பு: முதல் அத்தியாயத்தில் எழுப்பப்பட்ட புதிருக்கு இரண்டாவது அத்தியாயத்தில் விடை வருகின்றது. எதிர்மறைகளின் சார்புத்தன்மையும், இணைந்தியங்கும் இயல்பும் வெளிப்படுத்தப்படுகின்றது. தன் உடலின் அழகைக்கன்டு புளகாங்கிதம் அடையும் வரை, பிற உடலின் அழகில் இலயிக்கும் வரை, ஆன்ம விசாரணை கேலிக்கூத்தாக இருக்கின்றது. பொது நலத்தில் ஈடுபடுகையில், சுயநலம் ஒட்டிக்கொள்கின்றது.

உடலும், உடல் அல்லது பொருளின் குணங்களுக்கு நேர் எதிர் குணங்களுடைய அகம் அல்லது ஆன்மாவும் இணைந்தே இயங்குகின்றன. உடல், மனம், அறிவு ஆகிய அனைத்தின் அசைவும் அற்று, சும்மா இருக்கையில், அகத்தின் ஒளி வியாபிக்கும், தாமரை இதழ்கள் விரியும், அமைதி நிறையும், ஆனந்தம் ஊற்றெடுக்கும். அகத்தின் நிலை, இறையின் நிலை. அதே நிலையில் நிலைத்து நிற்கும் ஞானி, தன் உடலின் அசைவின்றியே காரியங்களை நிகழ்த்துவார். எல்லார் உள்ளமும் ஞானியின் உள்ளம். எல்லார் உடலும் ஞானியின் உடலே (ஞானியின் தனிப்பட்ட உடல் உள்பட) ஞானிக்கு தன் உடலும் பிற உடலும் வேறுவேறல்ல. மௌனமே சிறந்த மொழி ஞானிக்கு. சுயநலமின்றி இருப்பதால், எல்லா நலமும் பெறுகின்றனர், ஞானிகள்.

அத்தியாயம் – 3

சாதித்தவர்களை புகழ்ந்துத் தள்ளாதீர்கள்
அப்போதுதான் மக்கள் பரிகாசம் செய்ய மாட்டார்கள்
கிடைப்பதற்கு கடினமான பொருட்களைப் பதுக்காதீர்கள்
அப்போதுதான் மக்கள் திருடர்களாக மாறமாட்டார்கள்
ஆசையூட்டும் பொருட்களைக் காட்டாதீர்கள்
அப்போதுதான் அவர்களின் நெஞ்சம் குழம்பாது

ஞானிகள் தங்களை ஆள்வது எப்படி?
தங்கள் மனங்களைத் துப்புரவாக காலி செய்வர்
தங்கள் வயிற்றை நிறைப்பர்
தங்கள் பேராசைகளை வலுவிழக்கச் செய்வர்
தங்கள் எலும்புகளை வலுவேற்றுவர்
மக்கள் வஞ்சனையும் பேராசையும் இல்லாது இருக்கட்டும்
அப்போதுதான் சதிகாரர்கள் குழப்ப துணியமாட்டார்கள்
எதிர்பார்ப்பின்றிச் செயல்படுங்கள்
எதுவும் கட்டுக்குள் வராமல் போகாது.

குறிப்பு: ஆசைக்கு அளவில்லை. ஆசைகள் தோன்றும் விதமும், அழிக்கும் வித்தையும் தெரிந்துக்கொண்டால், வாழ்க்கை எளிதாகிவிடும், அமைதியாகிவிடும். மனத்திருப்தியும் அடைந்தால் வாழ்க்கை அனந்தம் அடையும், நிறைவு பெறும். ஆசைகள் வாழ்க்கையை மேலும் சிக்கலாக்கி விடுகின்றன. பேராசைகளின் விளைவுகளை கற்பனை செய்து பாருங்கள். குருட்டுத்தனமாக துணியாதீர்கள். காலத்தின் மீது பாரத்தை சுமத்தாதீர்கள். ஆசையூட்டும் எவரும் கஷ்ட காலத்தில் உதவிக்கு வரப் போவதில்லை. எண்ணங்கள் இல்லாத மனம், நிறைவை அளிக்கும். பேராசை இல்லாத உள்ளம் உறுதியாகும்.

அத்தியாயம் – 4

பரம் வெறுமையாய் உள்ளது
பயன்படுத்தப்பட்டால், அது நிரப்பப்படுவதில்லை
மிக ஆழமானது! அது எல்லாப் பொருட்களுக்கும்
மூலமாக உள்ளது
அது கூரை மழுங்கடிக்கும்
முடிச்சுக்களை அவிழ்க்கும்
கூசுவதை மங்கலாக்கும்
தூசுகளைக் கலக்கும்
பிரித்து அறிய முடியாத அளவுக்கு கலந்திருக்கிறது
அது இருப்பது போன்ற தோற்றத்தைக் கொடுக்கிறது
அது யாருடைய வழித்தோன்றல் என்று எனக்குத் தெரியாது
அதன் பிம்பம், சக்கரவர்த்திக்கு முந்தையதாக உள்ளது
(மற்றொரு பிரதி)
வழி தங்கு தடையற்ற இசைவுடையது
அதன் படைப்பாற்றல் முழுவதையும் எப்போதுமே
பயன்படுத்திவிட முடியாது
எல்லாப் பொருட்களின் மூலத்தைப் போன்று மிகவும்
ஆழமானது
அது கூர்மையை மழுங்கடிக்கும்
சிக்கல்களைத் தீர்க்கும்.
ஒளியை இசைவுடையதாக்கும்
உலக இருத்தலினுள் இரண்டறக் கலக்கும்
உன்னதமான அசைவற்ற நிலை! அது இருப்பது போன்று
தோன்றுகிறது.
பிம்பங்கள் உருவாக்கப்படும் முன்
அது யாருடைய குழந்தை என்று எனக்கு தெரியாது.

குறிப்பு: தாவோ எனும் பதத்திற்கு வெவ்வேறு இடங்களில் வெவ்வேறு பொருள் கொள்ள வேண்டியதாய் இருக்கின்றது. ஞானம், பரம், வழி, ஞானி,......

பரம் பொருளற்று இருப்பதால் வெறுமையாய் உள்ளது. அதன் ஆற்றல் அளப்பரியது. அள்ள அள்ளக் குறையாதது. அனைத்திற்கும் மூலமாய் உள்ளது. தானசையாமல் அனைத்தையும் ஆட்டி வைப்பது.

பரம் = பிரும்மம். "பிரக்ஞானம் பிரும்மம்" என்பது ஒரு மகா வாக்கியம். பிரக்ஞையுடன் கூடிய ஞானமே பிரும்மம். பிரும்மமும், ஞானியின் அகமும் வேறு வேறு அல்ல. இரண்டின் நிலையும் ஒரே நிலையே.

ஞானம் அகந்தையை மழுங்கடிக்கும்; உறவுகளைத் துண்டிக்கும் / மனத்தில் எழும் சந்தேகங்களைத் தீர்க்கும்; உள் ஒளியின் பாய்ச்சலை அகக்கண்ணுக்கு ஏற்புடையதாக்கும்; மிகமிக வேகமாக இயங்கும் ஒளிர்துகள்களோடு கலந்துவிடும்/தான் அல்லது தனியன் என்பது முற்றிலும் இல்லாமல் போய்விடும்.

பொருளற்ற பிரும்மம், பொருள் அனைத்திலும் நீக்கமற கலந்துள்ளது. மனித உயிரின்றி, மனித உடலின்றி பிரும்மத்தை அறிய முடியாது, உணர முடியாது. சக்கரவர்த்தியை சகுண பிரும்மம் எனலாம், அதற்கு முந்தைய

பரபிரும்மத்தை நிர்குண பிரும்மம் எனலாம்.

அசைவற்ற நிலை! உடலின் இயங்கு/வினையாற்றும் உறுப்புகளான வாய், கைகள், கால்கள், சிறுநீர் உறுப்பு, குதம் முதலியவை செயலற்று இருக்க, கண்கள், காதுகள், நாசிகள், வாய், காம/ பிறப்பு உறுப்பு, மலவாய் முதலிய உணர்ச்சி உறுப்புகள் மூடியிருக்க, இவ்வுணர்ச்சிகளின் உள்ளீட்டிற்காக ஏங்கும் மனமும் அடங்கியிருக்க, ஓடிய எண்ணங்கள் தாமாக ஓய, (மூச்சையடக்கும் – பிராணயாமத்தின் – போது பிராணனின் இயக்கத்தை உணரமுடியும். மூச்சு வேறு, பிராணன் வேறு!) பிராணனையும் நிலைப்படுத்தும் போது, மூக்குக்கு கீழே, நெஞ்சிற்கு நேர் எதிரே காந்தப்புலம் தோன்றுவதை உணர முடியும். ஆற்றல் ஊற்று பொங்குவதில் மூழ்க முடியும்.

கூசுவதை மங்கலாக்கும் = உள் ஒளியையும் கடந்து நிற்கும்.

தூசுகளைக் கலக்கும் = உடலை ஆற்றல் துகள்களாக உணர முடியும்.

பிம்பங்கள் = பொருள்களும் உயிர்களும்.

பரத்திற்கு பெற்றோர் கிடையாது. பரம் சுயம்பு.

அத்தியாயம் – 5

வானமும் பூமியும் நடுநிலையானவை
அவை கணக்கிலடங்கா பொருட்களை வைக்கோல்
அடைக்கப்பட்ட நாய்களாக கருதுகின்றன

ஞானிகள் நடுநிலையானவர்கள்
அவர்கள் மக்களை வைக்கோல் அடைக்கப்பட்ட
நாய்களாக கருதுகின்றனர்.

வானுக்கும் பூமிக்கும் இடையிலுள்ள வெளி எப்படி உள்ளது?
காற்றடைக்கப்பட்ட பையைப் போலல்லவா உள்ளது.

பொறுமையாக அதே சமயத்தில் எக்காலத்திலும்
குறையாமல் இயங்கி மென்மேலும் படைக்கின்றன.

அளவுக்கு அதிகமான வார்த்தைகள் தோல்விக்கு
விரைவாக இட்டுச் செல்கின்றன.
தூய வெளியில் தன்னை நிலைநிறுத்திக் கொள்வதற்கு
ஈடாகாது அது.

குறிப்பு: வானத்தையும் பூமியையும் போன்றே ஞானிகளும் விருப்பு வெறுப்பற்று உள்ளனர். எல்லோரையும் சமமாகவே நோக்குகின்றனர். தூய வெளியில் தம்மை இருத்திக் கொள்வதால், மக்களை நல்வழியில் நடத்த முடிகின்றது. தங்களுக்கென எதுவும் இன்றி பிறரின் நலனுக்காகவே வாழ்கின்றனர். அதிகமாக பேசாமல், மக்களுக்கு வேண்டியதை மௌனமாக சாதிக்கின்றனர்.

அத்தியாயம் – 6

இறவாத பள்ளத்தாக்கு ஆத்மா
மறைஞானப் பெண் என்றழைக்கப்படுகின்றது.

மறைஞானப் பெண்ணின் கதவு
வானுக்கும் பூமிக்கும் வேரென அழைக்கப்படுகின்றது.

சற்றும் புலப்படாமல் அது தொடர்ந்துப்
பாய்ந்துக்கொண்டே உள்ளது
பயன்படுத்திக்கொள்! அது எப்போதும் வற்றுவதில்லை.

குறிப்பு: இறவாதது எது? மனிதரில் மொத்தம் ஏழு சக்கரங்கள் உள்ளதாய் யோகிகள் கூறுகின்றனர் அல்லவா? அவை யாவை? குண்டலிணி, சுயாதிஸ்தானம், மணிபூரகம், அனாகதம், விசுத்தி, ஆக்ஞை, சகஸ்ராரம் ஆகிய ஏழு. குண்டலிணி அல்லது மூலாதாரம் என்றால் என்ன? மூலாதாரத்தை மூலம் + ஆதாரம் என விரிக்கலாம் அல்லவா? அப்படியெனில், அதை அடிப்படையான ஆதாரம் என்று கூறலாம் அல்லவா? இந்த உடலுக்கே அடிப்படை ஆதாரம் அதுதானா?

மூலாதார சக்தியைப் பற்றிப் பேசுகையில், அது அளப்பறியா சக்தியைக் கொண்டதென்றும் அதன் முழு சக்தியையும் பயன்படுத்தினால் உடல் பூரண ஆரோக்கியம் பெறும் என்றும், அறிவு விருத்தியடையும் என்றும், ஞானம் கிட்டும் என்றும் கூறுவர். அது சுருட்டிக்கொண்ட பாம்பு வடிவத்தில் இருப்பதாகவும் கூறுவர். அது எங்கிருந்து வந்தது? உடலுக்கும் உயிருக்கும் ஆதாரம் என்றால்

கருவுரும்போதே அது இருக்க வேண்டும். தாயின் கருமுட்டைதான் குண்டலிணியாக உருபெற்றிருக்கக் கூடுமோ?

கருமுட்டை, தாயின் உடலோடு நெருங்கிய உறவை பிரசவ காலம் வரை வைத்திருக்கிறதா? தந்தையின் விந்துக்கருவுடன் தொடர்ந்து வினையாற்றி வருகின்றதா? தாயின் முட்டைக்கருவும் தந்தையின் விந்துக்கருவும் மனிதன் உடம்பில் தொடர்ந்து உள்ளனவா? அல்லது செல்கள் பெருகியபிறகு அழிந்துவிடுகின்றனவா? அவை தொடர்ந்து இருக்கின்றன என்றே யான் கருதுகின்றேன். தாயின் முட்டைக்கருவும் தந்தையின் விந்துக்கருவும் வெவ்வேறு (Nucleus) உட்கருவைக் கொண்டிருப்பதால் அவை ஒன்றோடு ஒன்றாய் முழுவதுமாய் கலந்துவிடுவதில்லை. மாறாக அருகாமையிலிருந்து ஒன்றோடு ஒன்று வினைபுரிகின்றன. DNA க்களை பரிமாறிக்கொள்கின்றன. செல்கள் பல்கிப்பெருகுகின்றன. மனிதனில் உருவாகும் முதல் நரம்பு, தண்டுவடம், தாயின் முட்டைக் கருவையும், தந்தையின் விந்துக்கருவையும் இணைக்கின்றன போலும். பின்பு மத்திய நரம்பு மண்டலமும் பிற உறுப்புகளும் உருவாகி ஒன்றிணைகின்றன போலும். மத்திய நரம்பு மண்டலம், மனிதனின் உயிர் மரம் (Tree of Life) எனலாம். உணவூட்டுவதும் கழிவகற்றுவதும் தாய்க்கருவின் இயல்பான பணியாக உள்ளது. புலன் உணர்ச்சிகளைக் கொண்டு தற்காத்துக்கொள்ள முனைவது தந்தைக்கருவின் தலையாய கடமையாக உள்ளது. எனவே தாய்க்கரு குண்டலிணியாகவும், தந்தைக்கரு ஆக்ஞையாகவும் இருப்பதற்கான வாய்ப்புகள் உள்ளன.

அனாகதம் என்றால் என்ன? அனா + கதம் அல்லது அனா + ஹதம் என பிரிக்கலாம். “கதம்“ என்றாலும் “ஹதம்“ என்றாலும் “முடிவு”, “இறப்பு”, “கொலை” என்று பொருள்படும். “அனா” என்றால் “இல்லாமல்”, “இன்றி”, “இல்லை” என பொருள் தரும். எனவே “அனாகதம்“ என்பதற்கு “இறப்பில்லாதது” அல்லது “மரணமற்றது” என பொருள்படும். ஆன்மா இதயச்சக்கரமான அனாகதத்தில் உணரப்படுவதாய் மறைஞான வழக்குண்டு. இதை இதயக்குகை என்றும் கூறுவர். பள்ளத்தாக்கு என்பதும் குகை என்பதும் சில பொதுவான குணங்களைக் கொண்டுள்ளன. பள்ளத்தாக்கு மரம், செடி, கொடிகளால் சூழப்பட்டிருக்கும், குகையோ இருளால் நிறைந்திருக்கும். அருகில் சென்று நெருங்கிப் பார்க்கையில்தான் இருப்பது யார் என தெரியும். பள்ளத்தாக்கு என்பதும் ஆவி என்பதும் முரணாக உள்ளது, ஒன்று கீழ் ஆழத்தில் உள்ளது மற்றொன்று மேல் உயரத்தில் உள்ளது. அது வானில் நீண்டுப் பரந்துள்ளது, பூமியிலும் ஆழப் பதிந்துள்ளது எனவே பொருத்தமாயுள்ளது. அதன் சக்தி குறையாதது. கண்ணுக்குத் தெரியாமல் அதன் சக்தி பாய்ந்துக்கொண்டெ இருக்கிறது. அதை அறிந்துக்கொள்வதும், அதன் சக்தியை உணர்ந்துக் கொள்வதும் ஞானத்தின் அறிச்சுவடி. எப்படி அறிவது? சும்மா இரு!

குறிப்பு: ஞானியின் அகம், அகிலம் அண்டம் முழுவதும் வியாபிக்கின்றது. உலகையே அண்டத்தையே தனது உடலாக கருதுகின்றார், ஞானி. அவர் தனக்கென்று தனியாக உடல் இருப்பதாகவோ மனம் இருப்பதாகவோ உணர்வதில்லை. அவரது உடல் அழிந்தாலும், ஞான – அகம் அண்டமாகவே, பிரும்மமாகவே, பரமாகவே, வெளியாகவே நிலைக்கின்றது. எனவே, சிறப்பு பெறுவார், நீடு வாழ்வார்.

அத்தியாயம் – 7

வானமும் பூமியும் நிலையானவை!
வானமும் பூமியும் நிலைத்திருப்பதற்கு காரணம்
அவை தமக்காக நிலவுவதில்லை
எனவே அவை நிலைத்திருக்கின்றன.
எனவே ஞானிகள்
தம்மை கடைசியில் நிறுத்துவர் ஆனால்
முன்னணிக்கு வந்துவிடுவர்
தம் நலன் கருதாது இருப்பர், ஆனாலும் நீடு வாழ்வர்.
இதற்குக் காரணம் அவர்கள் சுயநலமற்று இருப்பதால்தானா?
இப்படித்தான் அவர்கள் தங்கள்
இலட்சியங்களை அடைகின்றனர்.

குறிப்பு: சுயநலமே நிலையாமைக்குக் காரணம். வரையறைக்குட்பட்ட உடல் நிலையாதது. எல்லையற்ற அகம் நிலையானது. அண்டவெளியும் நிலையானது. தன்னை இழந்தால், அகந்தை அழிந்தால், மனம் அடங்கினால், அகம் அண்டவெளியாகி விடும். எல்லாமே தானாகி விடும். தானே எல்லாமாகி விடும். பின், காலமும் இல்லை. இறப்பும் இல்லை. பிறப்பும் இல்லை. (அசையா) நிலைமையே நிலை.

உயர்கணித மொழியில் கூறவேண்டுமாயின், முழு இருத்தலையும் அண்ட கணம் (Universal Set) எனலாம். ஒவ்வொரு நபரையும் சினை கணம் அல்லது அங்க கணம் (Member Set) எனலாம். அண்ட கணத்திற்கும், அங்க கணத்திற்கும் பொதுவான பண்பு, ஆகாயத்தன்மை (Spacial Nature). அங்க கணத்தின் தனித்தன்மைக்கு காரணம், அதன் உடலும், மனமும்தான். உடலும் மனமும் அழிந்தால், எஞ்சி நிற்பது, ஆகாயத்தன்மைதான். இறப்பின் பின்பு, ஒவ்வொரு உயிரும், ஆகாயத்தன்மையையே அடைகின்றது. எனவேதான், ஒருவர் இறந்துவிட்டால், 'அமைதியில் நிலைக்கட்டும்' (Rest in Peace) என்று கூறுகிறோம். ஆம், அந்த நுண்ணிய ஆகாயத்தன்மை, அமைதியின் இருத்தல்தான்.

ஞானி, உணர்வுப்பூர்வமாக உடலையும், உடலின் புலன்களால் கட்டப்பட்ட மனத்தையும், தியானத்தால் ஊடுருவிக் கடக்கிறார். அவர், தன் தனித்தன்மையை இழக்கிறார், பொதுத்தன்மையான ஆகாயத்தன்மையில், அமைதியில், ஆனந்தத்தில் திளைக்கிறார். அவருடைய அகவெளி, பிரபஞ்சவெளியாகின்றது. பிரபஞ்சவெளி, அவருடைய அகமாகின்றது. இறப்பினூடே அடையும் ஆகாயத்தன்மையின் அமைதி, அந்நபரால் உணரமுடியாமல் போகின்றது. மேலும் அது நிலையற்றது. ஞானத்தால் அடையும் ஆகாயத்தன்மையின் அமைதியும் ஆனந்தமுமோ, உணர்வுப்பூர்வமானது, நிலையானது. எனவே, ஞானியின் ஆகாயத்தன்மை, இறைமை எனப்படுகின்றது.

அத்தியாயம் – 8

**மிக உயரிய நன்மையைப் பயக்கக்கூடியது தண்ணீரைப்
போலுள்ளது
தண்ணீர் ஒப்பிடமுடியா வகையில் எண்ணிலடங்கா
வகையில் பயனளிக்கிறது
மக்கள் விரும்பாத இடங்களில் அது தங்குவதால்
அது ஞானியைப் போன்றது.
சரியான இடத்தில் தங்கி
மிகவும் ஆழமாக உணர்ந்து
பெருங்கருணையுடன் வழங்கி
மிகவும் நேர்மையாக பேசி
சிறந்த முறையில் நிர்வகித்து
பெருந்திறனுடன் சமாளித்து
சரியான காலத்தில் நகர்ந்து**

**அது எதோடும் போட்டி போடாததால்
நெருங்க முடியாததாய் இருக்கின்றது.**

குறிப்பு: பரம், நீர் போன்று உருவமற்றது. வடிவமற்றது, நிறமற்றது.

ஞானி, தனிமை விரும்பி. விருப்பு, வெறுப்பு அவருக்கு இல்லை. பொய் பேசத் தெரியாது. தேவையற்று எண்ணத்தில், பேச்சில், செயலில் ஈடுபடார்.

ஞானி, அனைத்தையும் தானாகவே கருதுவதால், போட்டி யென்பதோ, எதிரியென்பதோ இல்லை. பயமென்பதும் இல்லை. தன்னை விடுத்து வேறொன்று இருந்தால்தானே, அதைக் கண்டு பயம் வரும். தன்னையே கண்டு, யாரும் பயப்படுவதில்லையே.

அத்தியாயம் – 9

ஒரு கோப்பையை ஏந்தி வழிய வழிய ஊற்றுவது
அது நிறைவதற்கு முன் நிறுத்துவது போன்று நல்லதல்ல.

வாளைத் தொடர்ந்து அடித்துக் கூர்மையாக்கிக்
கொண்டிருந்தால்
அதை நெடுங்காலத்திற்கு வைத்திருக்க முடியாது.

தங்கமும் மரகதமும் அறையை நிறைக்கின்றன
ஆனால், யாராலும் அவற்றைப் பாதுகாக்க இயலுவதில்லை.

செல்வமும் உயர்நிலையும் மூர்க்கத்தனத்தைக் கொணர்ந்து
ஒருவர்மேல் அழிவுகளை விட்டுச் செல்கின்றன.

சாதனையை முடித்தவுடன் புகழ் வருகின்றது
அப்போது தன்னை விலக்கி நின்றால்
அதுவே சொர்க்கத்தின் வழி !

குறிப்பு: செல்வத்தால் உருவாகும் அகங்காரம், அழிவைக் கொணர்கிறது. தன்னடக்கம், அமைதிக்கும் ஆனந்தத்திற்கும் வழி காட்டுகின்றது.

அத்தியாயம் – 10

ஆன்மாவை இருத்தி ஒருமையைத் தழுவிக்கொண்டு
தடுமாற்றமில்லாமல் ஒருவரால் உறுதியாக இருக்கமுடியுமா?

ஆற்றலை ஒருமுகப்படுத்தும் அதே சமயம், மனத்தையும் இளக்கி,
ஒரு பச்சிளங்குழந்தையைப் போல் இருக்க முடியுமா?

உலக பார்வையைக் கழித்து வரும்பொழுது
குறைகளற்று ஒருவரால் இருக்க முடியுமா?

மக்களை நேசிப்பதிலும், நாட்டை ஆள்வதிலும்
ஒருவரால் சூதுவாதின்றி இருக்க முடியுமா?

சொர்க்கத்தின் வாசற்கதவு திறந்து மூடுகையில்
பெண்மைத் தத்துவத்தைப் பற்றிக் கொள்ள முடியுமா?

எல்லாத் திசைகளையும் தெளிவாக அறிவதற்கு
அறிவுஜீவித்தனமின்றி இருக்க முடியுமா?

தாங்கிக் கொண்டு, வளர்த்துக் கொண்டு
சொந்தம் கொண்டாடாமல் இருந்தால்,
மூர்க்கத்தனமின்றி சாதித்தால்
அடக்குமுறையின்றி உயர்ந்தால்
அதுவே மறைஞான நற்குணமாகும்.

குறிப்பு: இருக்க முடியும்! முரண்பாடாக தோன்றினாலும், சாத்தியமில்லாததாய் தோன்றினாலும் நடக்கக் கூடியதே. ஒருமையைத் தழுவும்போது, தனிமனித ஆன்மா எனும் கருத்து கரைந்துப்போகும்.

தன்னுடைய தனித்துவத்தை, தன்னுடைய உடலுக்கும் மேலாக கருதி மக்கள் அதை இழக்க விரும்புவதில்லை. தனித்துவம், அகங்காரத்திற்கும் ஆளுமைக்கும் இருக்கும். ஆனால், அகத்திற்கோ ஆன்மவிற்கோ தனிமனித தனித்துவம் என்று எதுவுமில்லை. ஒருமையைத் தழுவுவதால் பெறும் அமைதியையும் ஆனந்தத்தையும் அனுபவிக்கையில் தான் தனியன் எனும் கருத்து இயல்பாகவே கரைந்துவிடும்.

அகக்கண் திறக்கையில், ஒருமை ஆட்கொள்கையில், ஒளியும், அழுத்தமும் மிகையாய் இருக்கும் என்பது முன்பே தெரிந்துக் கொண்டால் தடுமாறாமல் இருக்கலாம்.

பச்சிளங்குழந்தையைப் போன்று செயலற்று, எண்ணமற்று இருக்கையில் ஆற்றல் தானாகவே உடலுள் பாயும்.

ஒளியை அடுத்துள்ள இருளில் கவனம் செலுத்துகையில், ஒளியின் எல்லை விரிவடையும்.

ஒரு திசையை அறிவதற்கு அறிவாளித்தனமும் புத்திஜீவித்தனமும் பயன்படும். எல்லா திசைகளையும் அறிவதற்கு ஞானத்தால் மட்டுமே சாத்தியம்.

அத்தியாயம் – 11

முப்பது ஆரங்கள் அச்சில் இணைகின்றன
அதன் வெற்றிடத்தில்தான் வண்டியின் இயக்கமே உள்ளது.

களிமண்ணைக் குழைத்துச் செய்த சட்டியில்
அதன் வெற்றிடத்தில்தான் சட்டியின் பயன்பாடே உள்ளது.

கதவுகளையும் சன்னல்களையும் வெட்டி ஒரு அறையை உருவாக்கினால்
அதன் வெற்றிடத்தில்தான் அறையின் பயன்பாடே உள்ளது.

எனவே, எது பொருளாக இருக்கின்றதோ அது பயனளிக்க உருவாக்கப்படுகின்றது.

எது வெறுமையாக இருக்கின்றதோ அதுதான் பயன்பாட்டுக்கு உதவுகின்றது.

குறிப்பு: உடலும் ஆன்மாவும், பொருளும் வெற்றிடமும் போன்றனவே. உடலின் பயனே, ஆன்ம அனுபவத்திற்குத்தான்.

அத்தியாயம் – 12

ஐந்து நிறங்கள் ஒருவரின் கண்களைக் குருடாக்கும்
ஐந்து சப்தங்கள் ஒருவரின் காதுகளைச் செவிடாக்கும்
ஐந்து சுவைகள் ஒருவருடைய வாயைச் சுவையற்றதாக்கும்.

போட்டியும் வேட்டையும் ஒருவருடைய மனத்தை
மிருகமாக்கும்.

அடைவதற்கு கடினமான பொருட்கள், ஒருவரை சேதம்
செய்யத் தூண்டுகின்றன.

எனவே, ஞானிகள் கண்களை விடுத்து வயிற்றைப்
பார்ப்பார்கள்.

அதனால்தான் அவர்கள் வெளிஉலகை விடுத்து உள்
உலகைப் பற்றிக் கொள்கின்றனர்.

குறிப்பு: ஐம்புலன்களின் உணர்ச்சிகள் ஆன்மீகத் தேடலை மறுக்கின்றன; ஆன்ம அனுபவத்தைத் தடுக்கின்றன. புத்தரின் தியான நிலையைப் பார்த்தால், அவர் வயிற்றைப் பார்ப்பது போல் தோன்றும். பாதி மூடிய கண்கள், பாதி திறந்த கண்கள். அகத்தில் தெரிவதோ வெற்றிடந்தான்! முழுதாய் திறந்த கண்கள் வெளி உலகம் பார்க்கும். முழுதாய் மூடிய கண்கள் தூங்க யத்தனிக்கும். பாதி மூடி பாதி திறந்த கண்களால் வெளி ஆபத்தையும் அறிய முடியும், உள்பாயும் ஆற்றலையும் அமைதியையும் ஆனந்தத்தையும் உணர்ந்து அனுபவிக்க இயலும்.

அத்தியாயம் – 13

செல்வாக்கும் அவமானமும் ஒருவரைப் பயமுறுத்துகின்றன
மிகவும் துர்அதிர்ஷ்டமானது மனம்.
'செல்வாக்கும் அவமானமும் ஒருவரைப் பயமுறுத்துகின்றன'
என்றால் என்ன அர்த்தம்?
செல்வாக்கு மேலே உள்ளது; அவமானம் கீழே உள்ளது
வைத்திருந்தால் உன்னைக்கண்டு அஞ்சுகின்றனர்.
இழந்தாலோ நீ மற்றவர்களைக் கண்டு அஞ்சுகின்றாய்.
இதுதான் செல்வாக்கும் அவமானமும் ஒருவரைப்
பயமுறுத்துகின்றன என்பதன் பொருள்.
'மிகவும் துர் அதிர்ஷ்டமானது மனம்' என்றால்
என்ன அர்த்தம்?
எனக்கு மிகப்பெரும் துர் அதிர்ஷ்டம் இருப்பதற்கு காரணம்
என்னிடம் மனம் உள்ளதுதான்.
என்னிடம் மனம் இல்லையென்றால்
என்னிடம் என்ன துர் அதிர்ஷ்டம் இருக்கப்போகிறது?
எனவே யார் அகத்தை உலகமாக மதிக்கிறார்களோ
அவர்களிடம் உலகத்தைத் தரலாம்.
யார் அகத்தை உலகமாக நேசிக்கிறார்களோ
அவர்களிடம் உலகை ஒப்படைக்கலாம்.

குறிப்பு: என்னிடம் மனம் உள்ளதென்றாலே நான் வேறு, என்னை அடுத்துள்ள உலகம் வேறு என்று பொருள். எனக்குள் சுயநலம், அகந்தை, ஆணவம் உள்ளன என்று பொருள். என்னால் எப்படி மற்றவர்களை நேசிக்க இயலும்? மதிக்க முடியும்?

யார் ஆன்ம அனுபவத்தால் தன் அகத்தை ஒருமையோடு கலக்கிறார்களோ, அவர்களால்தான் உண்மையாக உலகை மதிக்கவும் நேசிக்கவும் முடியும்.

அத்தியாயம் – 14

அதைப் பார், அதைக்காண முடியாது
அது நிறமற்றது!
அதைக் கவனி, அதைக் கேட்க முடியாது
அது ஓசையற்றது!
பிடிக்கப் பார், அதைப் பற்றிக்கொள்ள முடியாது
அது உருவமற்றது!
இந்த மூன்றையும் முழுவதுமாக அறிந்துவிட முடியாது
ஏனென்றால், அவை ஒன்றாக கலந்துவிட்டன.
அதற்கு மேலும் வெளிச்சம் இல்லை
அதற்குக் கீழும் இருள் இல்லை.
முடிவற்று தொடர்ந்து பெயரிடப்படாமல் உள்ளது
அது வெறுமைக்குள் திரும்பிவிடுகின்றது
எனவே, அது உருவத்தின் உருவம் என்றழைக்கப்படுகின்றது
பிம்பமற்றதின் பிம்பம்!
இது மர்மம் எனப்படுகின்றது.
அதை எதிர்கொள், அதன் முன்புறத்தைக் காணமுடியாது
அதைப் பின்தொடர், அதன் பின்புறத்தைக் காணமுடியாது.
இன்றைய இருத்தலைச் சமாளிக்க
மூதாதையர்கள் வழியைத் தாங்கிப் பிடித்தால்
எல்லாவற்றிற்கும் ஆதியை ஒருவரால் அறியமுடியும்
இதை, ஞானத்தின் வாக்கு என கூறலாம்.

குறிப்பு: குணமற்றதால் பெயரிடப்பட முடியாமல் இருக்கின்றது. தேடித் தேடிப் பார்த்தால் இறுதியில் வெறுமையாய் நிற்கின்றது. ஆன்ம அனுபவமே பிரும்ம அனுபவம்!

அத்தியாயம் – 15

ஞானத்தைக் கண்ட பழங்கால குருமார்கள்
சூட்சுமமான முறையில் வியப்புக்குரிய நிகழ்வுகளை நடத்தினர்.
ஆழத்தைக் கண்டறிய முடியாது
ஏனென்றால் யாராலும் அதன் ஆழத்தையறிய முடியாது.
எனவே அதன் வெளித்தோற்றத்தை
மட்டும் விவரிக்க வேண்டியதாகிறது.
பனிக்கால நதியைப்போல் தயங்கியும்
நான்கு அக்கம்பக்கத்தாருக்கு பயப்படுவதைப்போல் கவனத்துடனும்
விருந்தாளியைப் போன்று பணிவுடனும்
உருகப்போகும் பனிக்கட்டியைப் போன்று தளர்ந்தும்
மரப்பலகையைப் போன்று சமமாகவும்
பள்ளத்தாக்கைப் போன்று வெளிப்படையாகவும்
சேற்றுநீர் போன்று மறைத்தும் உள்ளது.
யாரால் குழம்பிய பின்னும் அசைவற்று நின்று
படிப்படியாக தெளிய முடியும்?
யாரால் இயக்கத்தினூடேயும் தெளிவாக இருந்து
படிப்படியாக உயிர்ப்படைய முடியும்?
இவ்வழியைக் கடைப்பிடிப்பவர் அளவுக்கதிகமாக நிரப்பிட
விழைவதில்லை
ஏனென்றால் ஒருவரை அளவுக்கதிகமாக நிரப்பிட முடியாது
எனவே, ஒருவர் உள்ளதைக் காத்து,
புதியதை உருவாக்காமல் இருக்க முடியும்.

குறிப்பு: பிரும்மத்தின் ஆழத்தை அறிய முடியாது. ஒருவர் மூழ்கிக்கிடக்கையில், அவரை அளவுக்கதிகமாய் நிரப்புவது எப்படி சாத்தியம்? ஆன்ம அனுபவத்தால், இப்பிறவியின் கர்மா கழிந்திட, புதிய பிறவி எடுக்காமல் இருக்க முடியும்.

அத்தியாயம் – 16

அனைத்திற்கும் இறுதியான வெறுமையை அடைந்துவிடு
மிகவும் தூய்மையான அமைதியைப் பற்றிக்கொள்.
கணக்கிலடங்கா பொருட்கள்
சுறுசுறுப்பாக இயங்கிக் கொண்டிருக்கின்றன
அவை திரும்பி வருவதைக் கவனித்துக்கொண்டிருக்கிறேன்
எல்லாம் தழைக்கின்றது;
ஒவ்வொன்றும் அதன் வேருக்கு திரும்பி வருகின்றது
வேருக்கு திரும்புவதுதான் அமைதி எனப்படுகின்றது
ஒன்று தன் இயல்பான நிலைக்கு வருவதுதான் அமைதி எனப்படுகின்றது
ஒன்று தன் இயல்பு நிலைக்கு திரும்பியதை
நிலைத்த தன்மையென கூறப்படுகின்றது.
நிலைத்த தன்மையை அறிவதுதான் தெளிவு எனப்படுகின்றது
நிலைத்த தன்மையை அறியாமல், ஒருவர் பொறுப்பின்றி
பிரச்சனையை ஒருவாக்குகின்றார்
நிலைத்ததன்மையை அறிதல், இயல்பை ஒப்புக்கொள்வதாகும்.
ஒப்புக்கொள்வது பாரபட்சமின்மை
பாரபட்சமின்மை அனைத்தையும் ஆள்வதாகும்
அனைத்தையும் ஆள்வது சொர்க்கமாகும்
சொர்க்கமே ஞானமாகும் ஞானமே நிரந்தரம்
அபாயமும் இல்லை மனம் என்பது இனி இல்லை.

குறிப்பு: வெறுமைதான் ஆன்மத் தேடலின் கடைசியில் மிஞ்சுவது. அது பொருளற்றதாய், கருத்தற்றதாய் இருப்பினும் ஆற்றல் அளிப்பதாய், அமைதி தருவதாய், நிலையான மாறாத உண்மையை வெளிக்காட்டுவதாய் உள்ளது. அதனால் பாரபட்சமற்ற தர்மத்தைக் காக்க முடிகின்றது, அமைதியும் நிலைக்கின்றது. விருப்பு வெறுப்பு இல்லாததால், கர்ம வாசனை இல்லை. எனவே மறுபிறப்பு எனும் அபாயமும் இல்லை. மனம் என்று தனித்து எதுவும் இருக்கப் போவதும் இல்லை.

அத்தியாயம் – 17

தாங்கள் மிக உயரிய ஆட்சியாளர்களைக்
கொண்டிருப்பது மக்களுக்கு தெரியாது.

அடுத்த நிலையிலுள்ளவர்களை மக்கள்
நேசிக்கிறார்கள், புகழ்கிறார்கள்

அதற்கடுத்த நிலையிலுள்ளவர்களைக் கண்டு மக்கள்
அஞ்சுகின்றனர்

அதற்கும் அடுத்த நிலையிலுள்ளவர்களை மக்கள்
வெறுக்கிறார்கள்

ஆட்சியாளர்களின் நம்பிக்கை போதுமான அளவுக்கு
இல்லையென்றால் அவர்களிடம் நம்பிக்கை வைக்காதீர்கள்.
அமைதியாக நடந்துக்கொண்டு, தங்கள்
வார்த்தைகளுக்கு மதிப்பளித்து
வேலையை முடித்துவிட்டு, விஷயத்தை அடக்கிவிட்டு
எல்லா மக்களும் சொல்கின்றனர்,

'நாங்கள் அதை இயல்பாக செய்தோம்..'.

குறிப்பு: ஞானிகளின் மௌனமான இயக்கமும் பாரபட்சமற்ற ஆட்சியும் மக்களுக்கு தெரியாது. அரசனையும், பிரதமரையும், முதல்வரையும் மக்கள் நேசிப்பர், புகழ்வர். உள்ளூர் தலைவர்களைக் கண்டு பயப்படுகின்றனர். பகுதி அடியாட்களை மக்கள் வெறுக்கின்றனர்.

மாற்றத்தை மக்கள் இயல்பாக செய்யட்டும். ஆன்ம ஞானம், சமூக மாற்றத்தை இயல்பாக ஏற்படுத்தும்.

அத்தியாயம் – 18

சிறந்த வழி மறைந்துக் கொண்டிருக்கின்றது.

நன்மையும் நீதியும் நிலவுகின்றன
புத்திசாலித்தனம் முன்னுக்கு வருகின்றது
பெரிய ஏமாற்று வேலை நடக்கின்றது.

ஆறு உறவுகளும் இயைந்திருக்கவில்லை
பிள்ளைகளின் பக்தியும், கருணைமிக்க பாசமும் உள்ளன
நாடு குழப்பத்தில் கலங்கிக் கொண்டிருக்கின்றது
நன்றியுள்ள அமைச்சர்கள்கூட உள்ளனர்.

குறிப்பு:

ஆறு உறவுகள்: 1. ஆட்சியாளருக்கும் மக்களுக்கும் இடையிலான உறவு, 2. பெற்றோர்க்கும் குழந்தைகளுக்குமிடையிலான உறவு, 3. கணவன் மனைவியிடையிலான உறவு, 4. சகோதரர்களுக்கிடையிலான உறவு, 5. ஆசிரியர் மாணவர்களுக்கிடையிலான உறவு, 6. நண்பர்களுக்கிடையிலான உறவு.

போலித்தன்மை எல்லா உறவுகளிலும் நுழைந்துவிட்டன. ஞானத்திற்கும் உண்மைக்குமான தேடுதல் குறைந்துக் கொண்டுள்ளது.

அத்தியாயம் - 19

சாமார்த்தியத்தை விட்டுவிடுங்கள், அறிவைக் கைவிடுங்கள்
மக்கள் நூறு மடங்கு நன்மை பெறுவார்கள்!

நன்மைசெய்வதை விடுங்கள்; நேர்மையைக் கைவிடுங்கள்
மக்கள் பக்திக்கும் சேவைக்கும் திரும்பிவிடுவார்கள்

திருட்டுத்தனத்தை விட்டுவிடுங்கள்; ஆதாயத்தைப்
புறந்தள்ளுங்கள்
கொள்ளைக்காரர்களும் திருடர்களும் இல்லாமல் போவார்கள்

இந்த மூன்று விஷயங்களும் மேலோட்டமானவை,
போதுமானவையல்ல
எனவே இப்படிப்பினை அவசியமகின்றது:
எளிமையைக் காட்டுங்கள்; எளிமையைக் கடைப்பிடியுங்கள்;
சுயநலத்தைக் குறையுங்கள்; ஆசைகளைமட்டுப்படுத்துங்கள்!

குறிப்பு: யார் அதிக சாமார்த்தியசாலி என்ற போட்டி எல்லா உறவுகளிலும் பிரதானமாக உள்ளது. இலவசங்களால், நன்மை செய்கிறேன் என்று கூறிக்கொண்டும், திட்டச் செயல்பாடுகளில், நேர்மையாக இருக்கிறேன் என கூறிக் கொண்டும், மக்களை கொள்ளை அடிக்காதீர்கள். பேராசைக்கு அளவேது? அது போலித்தனத்தையும், ஏமாற்றுத்தனத்தையும் ஏன் திருட்டுத்தனத்தையும் வளர்க்கின்றது.

எளிமையான வாழ்வே இயல்பான வாழ்வு! திருப்தியளிக்கும் வாழ்வு!

அத்தியாயம் – 20

படிப்பதை விடுங்கள், கவலைகள் இனி இல்லை
மதிப்புமிக்க பதில், வெறுப்புமிக்க எதிர்குரல்
எவ்வளவு வேறுபாடு?

நன்மையும் தீதும்!
அவை எவ்வளவு வித்தியாசப்படுகின்றன?

மக்கள் எதைக்கண்டு பயப்படுகின்றார்களோ
அதைக் கண்டு நான் பயப்படாமல் இருக்க முடியாது!

மிகவும் வெறிச்சோடி உள்ளது
எவ்வளவு எல்லையற்றதாய் அது இருக்கின்றது!
ஒரு பெரும் விருந்தை அனுபவிப்பது போன்று
வசந்த காலத்தில் மொட்டை மாடிக்குச் செல்ல
படியேறுவது போன்று
மக்கள் உணர்ச்சிப்பெருக்குடன் உள்ளனர்
நான் மட்டும் அமைதியாக எதோடும் கலந்துக்கொள்ளாமல்
புன்னகைக்க கற்றறியாத பச்சிளங்குழந்தையைப்போல்
மிகவும் களைத்து, திரும்பிப்போகும் இடம்
எதுவுமில்லாமல் இருக்கிறேன்.

எல்லா மக்களிடத்தும் உபரியாக உள்ளபோது
எனக்கு மட்டும் இல்லாதது போல் தோன்றுகிறது.

உண்மையில், ஒரு முட்டாளின் இதயம்தான்
என்னிடம் உள்ளது – கொஞ்சமும் அறியாமல்!

சாதாரண மக்கள் பிரகாசமாய் உள்ளனர்
நான் மட்டும் குழம்பிக்கிடக்கிறேன்.

சாதாரண மக்கள் துருவித்துருவிப் பார்க்கின்றனர்
நான் மட்டும் ஜடமாய் உள்ளேன்.

கடலைப்போன்ற அந்த அமைதி
எல்லைகளற்றது போன்ற அந்த உயர்காற்று!

மக்கள் எல்லோரும் இலட்சியங்களைக் கொண்டுள்ளனர்.
நான் மட்டும் பிடிவாதமாகவும் கீழ்நிலையிலும் இருக்கிறேன்.

சக்தியூட்டும் அன்னையை இன்னும் மதித்துக்கொண்டு.
நான் மட்டுந்தான் அவர்களிடமிருந்து வேறுபடுகின்றேன்.

குறிப்பு: புன்னகைக்க கற்றறியாத பச்சிளங்குழந்தையின் மனநிலையில் சலனமற்று இருந்தால், அளப்பறியா சக்தி / ஆற்றல் எல்லா திக்கிலிருந்தும் ஒருவருக்குள் பாயும்.

உபநிஷத்துகளின் ஞானத்தையும், யோக நுணுக்கங்களையும் நடைமுறைப்படுத்தி ஓய்ந்த புத்தர், கடைசியில் குழந்தையின்

மனப்பாங்கில்தான் இறுதியாக ஞானம் அடைந்தார். அதற்கு முந்தைய பயிற்சிகள் அடித்தளமாகின.

இயேசுவும், குழந்தைப் போன்ற மனமுடையோர்தான் பரலோக இராஜ்யத்திற்குள் நுழைய முடியும் என உரைக்கிறார். 'குழந்தை மனிதனின் தந்தை' என்று வில்லியம் ஒர்ட்ஸ்வொர்த் கூறியதும் இதனால்தானா?

குழந்தை போன்று பாவிப்பதில், மனம் நிலைகொள்கையில், தண்டுவடம் மேலும் உயிர்ப்பு பெறுகின்றது, வலுப்பெறுகின்றது, முன்மூளையும் வளர்கின்றது, மூளையின் நரம்புகள் புதிய இணைப்புகளைப் பெறுகின்றன, புறத்தையும் அகத்தையும் மேலும் தெளிவாக அறிய முடியும். உடலுக்கான மற்றும் பொருளுக்கான மயக்கம் தெளிந்து, அகம் விரிந்து ஒன்றாகிவிட ஞானம், எளிதாக, இயல்பாக கிட்டிவிடுகின்றதே!

அத்தியாயம் – 21

ஞானத்தைப் பின்தொடர்ந்து சிறந்த நற்குணம் தோன்றுகின்றது.
பிரும்மத்தை ஒரு பொருளைப்போல் பிரித்தறிய
முடியாதுபோல் தோன்றுகின்றது
தெளிவாய் இல்லாததுபோல் தோற்றமளிக்கிறது.
அவ்வளவு தெளிவற்றபோதிலும்,
அவ்வளவு பிரித்தறிய முடியாத போதிலும்
அதற்குள் பிம்பம் இருக்கிறது.
அவ்வளவு பிரித்தறிய முடியாத போதிலும்,
அவ்வளவு தெளிவற்றபோதிலும்
அதற்குள் பொருண்மை இருக்கிறது.
அவ்வளவு ஆழமான, அவ்வளவு மேன்மையான
அதற்குள் சாரம் இருக்கிறது.
அதன் சாரம் எல்லாவற்றிற்கும் மேலான நிஜமாய் உள்ளது
அதற்குள் நம்பிக்கை உள்ளது
பழங்காலத்திலிருந்து இன்று வரை
அதன் பெயர் விலகிப்போய்விடவில்லை!
எல்லாவற்றின் மூலத்தையும் அறிய
மூலத்தின் இயல்பை எப்படி அறிவேன்?
'இதைக் கொண்டுதான்..'.

குறிப்பு: ஞானமும் நற்குணமும் நெருங்கிய தொடர்புடையன. ஞானம் வந்தால் நற்குணம் தானாக தோன்றும். ஆத்ம அனுபவத்தினூடே அகக்கண்ணில் பிம்பம் தோன்றுகிறது. சூழும் ஆற்றலின் வன்மை பொருண்மையுடையதாயும் அழுத்தமுடையதாயும் உள்ளது. வெறுமையாய் தோன்றினாலும், உருவாக்கும் உள்ளுறை ஆற்றல் கொண்டதால், சாரமுள்ளதாய் உள்ளது. அச்சாரம் மட்டுமே நிஜம், எல்லாவற்றின் மூலம்!

அத்தியாயம் - 22

வளைந்துக்கொடு, அதே சமயம் நேராய் நில்
தாழ்வாய் இருந்து நிரப்பிக்கொள்
சிதைந்துவிட்டு புதுப்பித்துக்கொள்
கொஞ்சமும் வைத்திராமல் பெற்றுக்கொள்
அதிகம் வைத்திருந்தால் குழம்பி விடுவாய்.
எனவே ஞானிகள் உலகுக்கு உதாரணமாக இருக்க
ஒன்றை மட்டும் பற்றிக்கொள்வர்
தம்பட்டம் அடித்துக் கொள்ளமாட்டார்கள்– எனவே
அவர்கள் தெளிவாக தெரிகின்றார்கள்
டாம்பீகம் செய்யாமல் இருப்பார்கள்– எனவே
அவர்கள் சிறந்து விளங்குகின்றனர்
தற்புகழ்ச்சி இல்லாதவர்கள்– எனவே தகுதி உள்ளவர்கள்
பீற்றிக் கொள்ளாதவர்கள்– எனவே காலங்கடந்து நிற்கின்றனர்
அவர்கள் போட்டியிடாததால், உலகம் அவர்களிடம்
போட்டியிட முடியாது
'தன்னை விட்டுக்கொடுத்து முழுமையாக இருப்பது' என்று
மூதாதையர் கூறியது வெற்று வார்த்தைகளா?
தனக்குள் திரும்ப, உண்மை முழுமையாகும்!

குறிப்பு: தான் என்பதை (தன் உடல், உணர்வு, உணர்ச்சி, எண்ணம்) கொஞ்சங்கொஞ்சமாக கரைக்க, ஒருமையும் முழுமையும் அனுபவமாக மாறும். உள்முக பயணத்தில் நான், தான் கரைகின்றது. அகந்தை அழிந்தால், அண்டம் வசமாகும்.

ஞானியர்களின் தன்னடக்க குணங்கள் கூறப்படுகின்றன.

அத்தியாயம் – 23

குறைவான பேச்சு இயல்பானது
எனவேதான் பலமான காற்றும் காலை முழுவதும் வீசுவதில்லை
திடீரென்று பெய்யும் மழையும் நாள் முழுக்க அடிப்பதில்லை
எதனால் இப்படி நிகழ்கின்றது? வானமும் பூமியும் சேர்ந்துதான்
வானமும் பூமியும் சேர்ந்துங்கூட அவை தொடர்ந்து நீடிப்பதில்லை.
மனிதரால் எப்படி முடியும்?
இப்படியாக, யார் ஞானத்தைப் பின்பற்றுகிறார்களோ
அவர்கள் ஞானத்துடனும்
யார் நற்குணத்தைப் பின்பற்றுகிறார்களோ அவர்கள்
நற்குணத்துடனும்
யார் இழப்பைப் பின்பற்றுகின்றார்களோ, அவர்கள்
இழப்புடனும் இருப்பர்.
யார் ஞானமுடன் இருக்கின்றார்களோ, அவர்களோடு
இருக்க ஞானமும் விரும்புகின்றது
யார் நற்குணத்துடன் இருக்கின்றார்களோ, அவர்களோடு
இருக்க நற்குணமும் விரும்புகின்றது
யார் இழப்புடன் இருக்கின்றார்களோ, அவர்களோடு
இருக்க இழப்பும் விரும்புகின்றது
யார் போதுமான நம்பிக்கையற்று இருக்கிறார்களோ
அவர்களிடம்
பிறர் நம்பிக்கை வைப்பதில்லை.

குறிப்பு: ஞானம், நற்குணம், இழப்பு எல்லாமே ஆற்றலுடன் தொடர்புடையது. எதை உளமாற விரும்புகிறோமோ, அதுவும் நம்மை விரும்புகின்றது. ஞானத்தைத் தேடிப்போனால், ஞானமும் நெருங்கிவரும். ஞானமே குரு!

அத்தியாயம் – 24

யார் கால்விரல்கள் ஊன்றி உள்ளார்களோ,
அவர்களால் நிற்க முடியாது

யார் குதிரை ஆசனத்தில் அமர்ந்துள்ளார்களோ,
அவர்களால் நடக்க முடியாது

யார் தம்பட்டம் அடித்துக்கொள்கிறார்களோ,
அவர்கள் தெளிவாக இல்லை

யார் டாம்பீகம் செய்கிறார்களோ,
அவர்கள் சிறப்படைவதில்லை

யார் தங்களைத் தாங்களே புகழ்ந்துக் கொள்கிறார்களோ,
அவர்களுக்கு தகுதியில்லை

யார் தங்களைப் பற்றித் தாங்களே பீற்றிக் கொள்கிறார்களோ,
அவர்கள் நிலைப்பதில்லை
ஞானவழி நடப்பவர்கள் அவற்றை எச்சில் இலை உணவு
அல்லது நோய்கட்டிகள் என அழைக்கின்றனர்
அவர்கள் அவற்றை வெறுக்கின்றனர்.
இவ்வாறாக, ஞானங்கொண்டவர்கள் அவற்றோடு
உறவு வைத்துக் கொள்வதில்லை!

குறிப்பு: ஞானிகளுக்கான இலக்கணம் மேலும் மேலும்! பணிவும் அடக்கமும் ஞானியரின் இன்றியமையாத குணங்கள்.

அத்தியாயம் – 25

வானமும் பூமியும் பிறக்கும் முன்பு
மிகவும் ஆழமான அமைதியுடனும் மிகவும் நுண்ணிய
கண்ணுக்குப் புலனாகா தன்மையுடனும்
ஏதோவொன்று உருவமற்று உருவாகி இருக்க வேண்டும்
எதையும் சாராமலும் மாற்றமின்றியும்
தொடர்ந்து ஓடிக்கொண்டும், முடிவற்று இயங்கிக்
கொண்டும்...
அதை உலகின் தாயாக கருதலாம்.

அதன் பெயர் எனக்குத் தெரியாது.
அதை இனங்காண்கையில், அதை 'வழி' என்று அழைக்கிறேன்.
விவரிக்க கட்டாயப்படுத்தும்போது,
அதை எல்லாவற்றிலும் சிறந்ததென கூறுகின்றேன்.
சிறப்பு என்றால் கடப்பது
கடப்பது என்றால் பின்வாங்குவது
பின்வாங்குதல் என்பது திரும்பி வருவது
எனவே 'வழி' சிறப்பானது.

வானம் சிறந்தது
பூமி சிறந்தது
அனைத்திற்கும் மேலானதும் சிறப்பானது.

அண்டத்தில் நான்கு சிறப்புகள் உள்ளன
ஒன்றை அனைத்திற்கும் மேலான ஒன்று கொண்டிருக்கிறது
மனிதர்கள், பூமியின் விதிகளைப் பின்பற்றுகின்றனர்
பூமி, வானத்தின் விதிகளைப் பின்பற்றுகின்றது
வானம், 'வழி' யின் விதிகளைப் பின்பற்றுகின்றது
'வழி' யோ, இயற்கையின் விதிகளைப் பின்பற்றுகின்றது.

குறிப்பு: பிரபஞ்சம் உருவாகும் முன் நிலவிய நிலை என்ன? இயங்கு ஆற்றல் (Kinetic Energy) வந்துவிட்டால், பொருள் வந்துவிட்டன என பொருள். எனவே உள்ளுறை ஆற்றல் (Static Energy) மட்டும் நிலவியதென்றால் அது எத்தகையது? அந்த ஆற்றல் உருவாக்கப்பட்ட அனைத்துப் பொருட்களிலும் விரவி உள்ளதென்றால், அது அணுவினும் சிறியதாய் இருக்க வேண்டும். அது இயக்கமற்று இருக்குமென்றால், அது இயங்குவதற்கான வெற்றிடமே இல்லாதிருக்க வேண்டும். அது ஏற்கனவே எல்லா இடமும் இருக்குமென்றால், அது இயக்கமற்று அசைவற்று இருக்க வேண்டும்.

அணுவைப் பிளக்கையில் வெளிவருவது, மிகச்சிறிய துகள்களாக வெளிப்படும் ஆற்றல் மட்டும் அல்ல, பெரும் ஒளியுந்தான். ஒளியும் நுண்பொருட்களாலான ஆற்றல்தான். அணுவின் உள்கட்டுமானம் ஒவ்வொன்றாக உடையும்போதும் வெளிப்படுவது பிற துகள்களுடன் ஒளித்துகள்கள்தான். பிற துகள்களையும் பிளந்தால் மிஞ்சுவது ஒளித்துகள்கள் அல்லது அதற்கு நிகரான துகள்களே. எனவே எல்லா பொருட்களிலும் நீக்கமற நிறைந்துள்ளது ஒளித்துகள்களே! ஒளியே!

எனவே, ஒளியே அதாவது அதன் ஒரு வடிவமே அனைத்திற்கும் மூலமாய் இருக்கலாம். காந்தப்புலமும், மின்சார ஒளிர்துகள்களும், ஒளியும் ஒரே ஆற்றலின் வெவ்வேறு வடிவங்களாய் வெளிப்படுகின்றன. இவைகளையும் இவற்றின் தொடர்புகளையும் உணர்ந்தறிவதும் கூட ஆன்ம அனுபவத்தின் ஒரு பரிமாணமாய் இருக்கலாம்.

அத்தியாயம் – 26

கனத்தன்மை இலேசுத்தன்மையின் வேர்
அமைதித்தன்மை ஆர்ப்பாட்டத்தின் வேர்

எனவே, ஞானிகள் கனமான சுமைகளை விட்டுவிடாமல்
நாள் முழுக்க பிரயாணம் செய்கின்றனர்

சொகுசான காட்சிகள் தோன்றும் போதிலும்
அவர்கள் நிதானமாக அனைத்தையும் கடக்கின்றனர்

பத்தாயிரம் இரதங்களின் முதலாளிகள் எப்படி
உலகத்தோடு எளிதாக ஒத்துப்போக இயலும்?

இலேசாக இருத்தல் என்பது ஒருவரின் வேரை இழப்பது
ஆர்ப்பாட்டமாய் இருப்பது, ஒருவரது ஆளுமையை இழப்பது.

குறிப்பு: ஒருமையோடும் முழுமையோடும் கொள்ளும் தொடர்பால் கனத்தன்மை உண்டாகிறது. அது அமைதித் தன்மையையும் அளிக்கின்றது. அவர்கள் எதைக் கண்டும் மயங்கி நிற்பதில்லை.

அவர்கள் எங்கு வேண்டுமானாலும், எப்போது வேண்டுமானாலும் பயணிக்கலாம். அவர்கள் மனிதரோடு வாழ்வதே பெருங்கருணையால்தான்!

அத்தியாயம் – 27

நல்ல பிரயாணம் தடங்களை விட்டுச் செல்வதில்லை
நல்ல பேச்சு குறைகளைத் தேடுவதில்லை
நல்ல கணக்கு மணிச்சட்டங்களைப் பயன்படுத்துவதில்லை
நல்ல மூடலுக்கு குறுக்குச்சட்டம் தேவையில்லை,
ஆனாலும் திறக்க முடியாது
நல்ல முடிச்சுக்கு கயிறு தேவையில்லை,
ஆனாலும் அவிழ்க்க முடியாது
எனவே ஞானிகள் அடிக்கடி மற்றவர்களைக்
காப்பாற்றுகின்றனர்
யாரையும் கைவிடுவதில்லை
பல விஷயங்களைக் காக்கின்றனர்
எதையும் கைவிடுவதில்லை
இதுதான் ஞானத்தின் வழி செல்வதென்பது.
எனவே, கெட்ட மனிதனின் ஆசிரியன்தான் நல்ல மனிதன்
கெட்ட மனிதன், நல்ல மனிதனுக்கு சிந்தனைப்
பொருளாகின்றான்
யார் தங்கள் ஆசிரியர்களை மதிக்கவில்லையோ
யார் தங்கள் சிந்தனைக்கு காரணமானவர்களை நேசிக்கவில்லையோ
அவர்கள் புத்திசாலிகளாய் இருந்தபோதிலும்,
மிகவும் குழம்பியே உள்ளனர்.
இதைச் சாராம்ச வியப்பு எனலாம்.

குறிப்பு: இயற்கையைப் போலவே ஞானிகளும் யாரையும் எதையும் வெறுப்பதில்லை, எனவே அனைவரையும் அனைத்தையும் காக்கின்றனர். சமநோக்குடன், பாரபட்சமின்றி பராமரிக்கின்றனர்.

அத்தியாயம் – 28

ஆணை அறிந்துக் கொள், பெண்ணைப் பற்றிக் கொள்
உலகுக்கு நீர்வழிப்பாதையாக இரு
உலகின் நீர்வழிப் பாதையாக இருந்தால்
நிரந்தர நற்குணம் விலகிச் செல்லாது
இளங்குழவியின் மனநிலைக்கு திரும்பிவிடு
வெள்ளையை அறிந்துக் கொள், கருப்பைப் பற்றிக்கொள்
உலகின் தரமாக இரு
உலகின் தரமாக இருக்கையில்
நிரந்தர நற்குணம் விலகாது.

எல்லையில்லா ஒன்றின் நிலைக்கு திரும்பிவிடு
கௌரவத்தை அறிந்துக்கொள், பணிவைப் பற்றிக்கொள்
உலகின் பள்ளத்தாக்காய் இரு
உலகின் பள்ளத்தாக்காய் இருப்பதால்
நிரந்தர நற்குணம் போதுமானதாய் இருக்கும்.
சமமான மரப்பலகையின் நிலைக்கு திரும்பிவிடு
சமமான மரப்பலகை பிளந்து கருவிகளாகின்றன
ஞானிகள் அவற்றைப் பயன்படுத்துகின்றனர்
பிறகு தலைவர்களாக மாறுகின்றனர்
இப்படியாக, சிறந்த முழுமை பிளவுபடாமல் இருக்கின்றது.

குறிப்பு: புறத்தை அறிந்துக் கொள். அகத்தைப் பற்றிக்கொள். நீர்வழிப்பாதை தேங்காது. இளங்குழவியின் மனநிலை, உடல் மற்றும் மன சலனமற்ற நிலை. உலகின் பள்ளத்தாக்காய் உணர்கையில், உள்நோக்கிய பயணம் விரைவாகின்றது.

அத்தியாயம் – 29

யார் உலகைப் பற்றிக்கொண்டு கட்டுப்படுத்த
நினைக்கிறார்களோ
அவர்கள் வெற்றி பெறாததைக் காண்கிறேன்
உலகம் ஒரு புனித பத்திரம்
அதை ஒருவர் கட்டுப்படுத்த முடியாது
யார் கட்டுப்படுத்த நினைக்கிறார்களோ அவர்கள்
தோற்றுப்போவர்
யார் பற்றிக்கொள்ள நினைக்கிறார்களோ அவர்கள்
இழந்து விடுவர்
ஏனென்றால் எல்லா பொருட்களும்:
ஒன்று வழி நடத்துகின்றது அல்லது பின்தொடர்கின்றது
ஒன்று வெப்பத்தை அல்லது குளிரை வீசுகின்றது
ஒன்று பலத்துடன் அல்லது பலவீனத்துடன் இருக்கின்றது
ஒன்று உரிமையுடன் இருக்கிறது அல்லது வன்முறை மூலம்
எடுத்துக் கொள்ளப்படுகின்றது.
எனவே ஞானிகள்:
தீவிரங்களை விலக்கினர்
வரம்பு மீறியதை ஒதுக்கினர்
வன்முறையைப் புறந்தள்ளினர்.

குறிப்பு: உலகம் சமநிலைப்படுத்திக் கொண்டு இயங்கி வருகின்றது. ஒன்று அதன் எதிர்மறையை உருவாக்குகின்றது. ஓரிடத்தில் அதர்மம் ஓங்குகிறது என்றால், அங்கு தர்மத்திற்கான வித்து ஏற்கனவே விழுந்துள்ளது என்று அர்த்தம். உலகம் ஒருவரை மட்டும் நம்ப வேண்டிய நிலை உருவானால், சமனற்ற நிலை உருவாகிவிடும், நிலை குலைந்துவிடும்.

அத்தியாயம் – 30

ஆள்பவருக்கு ஆலோசனை கூற 'வழி'யைப்
பயன்படுத்தும் ஒருவர்
இராணுவ வீரர்களைக் கொண்டு உலகை
ஆக்கிரமிப்பதில்லை.
அத்தகைய முறைகள் திருப்பித் தாக்கும்.
வீரர்கள் கூடாரம் அமைக்கும் இடத்தில்
புதர்களும் முட்களும் வளர்கின்றன.
பெருஞ்சேனை கடந்த பின்பு
துரதிர்ஷ்டமான வருடம் வரும்.
ஒரு சிறந்த தளபதி சாதித்துவிட்டு அமைதியாக இருப்பார்,
ஆக்கிரமிக்க துணிய மாட்டார்.
சாதனையைச் செய்வார் ஆனால் பீற்றிக் கொள்ள மாட்டார்
சாதனை செய்வார் ஆனால் தம்பட்டம் அடிக்க மாட்டார்
சாதனை செய்வார் ஆனால் மூர்க்கத்தனமாய் இருக்கமாட்டார்
சாதனை செய்வார் ஆனால் அவசியம் ஏற்பட்டால்தான்
சாதனை செய்வார் ஆனால் ஆக்கிரமிக்க மாட்டார்.
வலிமையடையும் பொருட்களுக்கு,
பிறகு வயதாகி விடுகின்றது.
இது 'வழி'க்கு முரணாக இருக்கின்றது
'வழி'க்கு முரணானது விரைவில் முடிவடைந்து விடுகின்றது.

குறிப்பு: ஞானிகள் ஆள்பவருக்கு ஆலோசனை கூறுவதில்லை. அவசியம் நேர்ந்தால் ஆக்கிரமிக்காமல், ஆக்கிரமிப்பை ஆதரிக்காமல் ஆலோசனை கூறுவார்கள். அது பெரும்பாலான மக்களின் நலம் கருதியே.

அத்தியாயம் – 31

ஒரு வலிமையான இராணுவம், துரதிர்ஷ்ட கருவி
எல்லாமும் அதை வெறுக்கின்றன.
எனவே 'வழி'யைக் கொண்டிருப்பவர், அதைத் தவிர்க்கிறார்
மேன்மைமிகு கனவான்கள், வீட்டிலிருக்கையில், இடதை மதிப்பார்கள்
இராணுவத்தைப் பிரயோகப்படுத்தும் போது, வலதை மதிப்பார்கள்.
இராணுவம், ஒரு துரதிர்ஷ்ட கருவி
மேன்மைமிகு கனவான்களின் கருவியாக இல்லை.
தேவைப்படும்போது அதைப் பயன்படுத்தினால்
எல்லாவற்றையும்விட அமைதியாக விலகி நிற்றல் வேண்டும்
வெற்றிப் பெற்றாலும் ஆர்ப்பரிக்க கூடாது.
யார் ஆர்ப்பரிக்கிறார்களோ
அவர்கள் கொலை செய்வதில் திளைக்கிறார்கள் என பொருள்
யார் கொலை செய்வதில் திளைக்கிறார்களோ
அவர்கள் உலகில் தங்களுடைய பெரும் இலட்சியங்களை அடைய மாட்டார்கள்
நற்சகுண நிகழ்வுகள் இடத்திற்கு சாதகமாகின்றன
அபசகுண நிகழ்வுகள் வலத்திற்கு சாதகமாகின்றன
இணைத்தளபதி இடப்பக்கம் நிறுத்தப்பட்டிருக்கிறார்
துணைத்தளபதி வலப்பக்கம் நிறுத்தப்பட்டிருக்கிறார்
அவர்கள் இறுதிச்சடங்கில் உள்ளதுபோல் கருதப்படவேண்டும்
யார் கொல்லப்படுகின்றார்களோ
அவர்களுக்கு சோகமுடன் துக்கம் கொண்டாடுகிறோம்.
போரில் வெற்றி என்பதை இறுதிச் சடங்கென கருதவேண்டும்.

குறிப்பு: இடது, வலது இராணுவங்கள் சீனத்தில் நெடுங்காலம் போரிட்டன. அதை ஒட்டி பிற்காலத்தில் எழுந்த செய்யுளாக இது இருக்க வாய்ப்புள்ளது.

அத்தியாயம் – 32

'வழி' பெயரற்றே இருப்பினும்
அதன் எளிமை உணரப்படாத போதிலும்
உலகம் அதைத் தனக்குக் கீழானதாக கருதக்கூடாது.

ஆட்சியாளர்கள் அதைப் பற்றிக் கொண்டிருந்தால்
எல்லாம் தாமாகவே நல்லபடி பின்தொடரும்
வானமும் பூமியும் இயைந்திருக்கும்
இனிமையான பனித்துளியை மழையாய் தூவும்
மக்களைக் கட்டாயப்படுத்த வேண்டிய அவசியமில்லை, அது
தன்னைத்தானே தேவையானபடி மாற்றிக் கொள்ளும்
முதலில், பெயர்கள் இருந்தன
எல்லா இடங்களிலும் பெயர்கள் நிலவத் தொடங்கின

எப்பொழுது நிறுத்த வேண்டும் என்று ஒருவருக்கு
தெரிய வேண்டும்
எப்பொழுது நிறுத்த வேண்டும் என்று அறிவதன் மூலம்
ஆபத்தைத் தவிர்க்கலாம்

உலகில் ஞானம் இருக்கையில்
பள்ளத்தாக்கில் ஓடைகள் நதிகளாகப் பெருகிக்
கடலுக்குள் பாயும்.

குறிப்பு: ஞானம் உலகை ஒருங்கிணைக்கும், ஒழுங்குப்படுத்தும். எண்ணங்கள் ஓடுவது பெயர்களைக் கொண்டுதான். எண்ணங்கள் நிற்கும்போதுதான், 'வழி' புலப்படும். 'வழி'யில் நின்றால், மீண்டும் பிறக்கும் ஆபத்தைத் தவிர்க்கலாம். ஆன்ம பள்ளத்தாக்குகளில் அன்பு நதி கருணை வெள்ளமாய் பெருக்கெடுக்கும்.

அத்தியாயம் – 33

யார் மற்றவர்களைப் புரிந்துக் கொள்கிறார்களோ
அவர்கள் புத்திசாலிகள்
யார் தங்களைத் தாங்களே புரிந்துக் கொள்கிறார்களோ
அவர்கள் மெய்ஞானிகள்
யார் மற்றவர்களை வெல்கிறார்களோ அவர்களிடம்
பலமுள்ளது
யார் தங்களை வெல்கிறார்களோ அவர்கள் பலசாலிகள்.

யார் திருப்தியடைகிறார்களோ அவர்கள் செல்வந்தர்கள்
யார் ஆற்றலோடு முன்னேறுகிறார்களோ
அவர்களுக்கு மன ஆற்றல் உள்ளது

யார் தங்களுடைய அடித்தளத்தை இழக்கவில்லையோ
அவர்கள் தாக்குப் பிடிப்பார்கள்
யார் இறப்பினும் மறையவில்லையோ
அவர்கள் நெடிது வாழ்வர்.

குறிப்பு: உடல் பற்றும், உலகப் பற்றும் ஞானிகளைப் பின்தொடரப்பார்க்கும். அவற்றை ஒதுக்கி, ஒருமையில், முழுமையில் தோய்ந்து, உடலால் இறந்தும் அக உணர்வால் நிலைக்கும் ஞானிகள் நெடிது வாழ்வர்.

அத்தியாயம் – 34

சிறந்த ஆற்றல் என்பது வெள்ளத்தைப் போன்றது
இடதாகவும் பாயும், வலதாயும் பாயும்.

கணக்கிலடங்கா பொருட்கள் தம் வாழ்விற்கு
அதைச் சார்ந்துள்ளன
ஆனால், அது கணப்பொழுது கூட நிற்பதில்லை.

அது தன் வேலையை முடிக்கிறது,
ஆனால் உரிமை கொண்டாடுவதில்லை.

கணக்கிலடங்கா பொருட்களை உடுத்துகின்றது, ஊட்டுகின்றது
ஆனால் அவற்றைக் கட்டுப்படுத்துவதில்லை.

எப்பொழுதும் எதையும் நாடாமல்...
அதை 'தேவை – அற்றது' என பெயரிடலாம்.

கணக்கிலடங்கா பொருட்கள் அதற்குள் திரும்புகின்றன
ஆனாலும் அது அவற்றைக் கட்டுப்படுத்துவதில்லை
அதை 'மகத்தானது' என பெயரிடலாம்.

கடைசியிலும் கூட அது தன்னைச் சிறந்ததாய் கருதுவதில்லை
அதனால்தான் அது தன் சிறப்பை அடைய முடிகின்றது.

அத்தியாயம் – 35

சிறந்த பிம்பத்தைப் பற்றிக்கொள்
வானுக்குக் கீழுள்ள அனைத்தும் உன்னைத் தேடி வரும்
இணக்கமான அமைதியுடன் தீங்கின்றி அவை வரும்.

இசைக்கும் உணவிற்கும், கடந்து செல்லும்
பிரயாணிகள் நிற்கின்றனர்

ஆனால், ஞானத்தைப் பற்றி வாயால் கூறுவது
சுவையின்றியும் வாசமின்றியும் இருக்கின்றது...

அதைப் பார், அதைக் காண முடியாது
அதைக் கவனி, அதைக் கேட்க முடியாது
பயன்படுத்து, அது வற்றாது.

குறிப்பு: அகம் இருந்தால், ஆணவம் இருக்கும். ஆணவம் ஆக்கிரமிக்கும்.

எந்த பொருளும், எந்த உயிரும் ஆக்கிரமிப்பை விரும்புவதில்லை. சுதந்திரந்தான் இன்பமானது. எல்லா பொருளும், எல்லா உயிரும் சுதந்திரத்தையே விரும்புகின்றது.

தேடித் தேடி பற்றிக்கொள்ளும்போது, ஒரு சிலவே கைவசப்படும்.

ஆனால், அந்த சிறந்த ஆன்ம அனுபவநிலையை நிலைநிறுத்திக்கொள்ளும்போது, அகம் இல்லாமல் போவதால், ஆணவம் இல்லாமல் போவதால், ஆக்கிரமிப்பு இல்லாமல் போவதால், சுதந்திரம் இருப்பதால், இன்பம் கிடைப்பதால், எல்லா பொருளும், உயிரும் உன்னைத் தேடி வரும்.

ஞானத்தால், எல்லாம் நீயே ஆவதால், அனைத்தும் வசப்படும். அனைத்தின் சுதந்திரமும் இன்பமும், உன்னுடைய சுதந்திரம், உன்னுடைய இன்பம்.

அத்தியாயம் – 36

ஒருவர் அதைச் சுருக்க விரும்பினால்
முதலில் அவர் அதை விரிவாக்க வேண்டும்.
ஒருவர் அதைப் பலவீனமாக்க விரும்பினால்
முதலில் அவர் அதை வலிமையாக்க வேண்டும்.
ஒருவர் அதைப் புறந்தள்ள விரும்பினால்
முதலில் அவர் அதை முன்னேற்ற வேண்டும்.
ஒருவர் அதைப் பற்றிக்கொள்ள விரும்பினால்
முதலில் அதைக் கொடுத்துவிட வேண்டும்.
இதைச் சூட்சும தெளிவு எனலாம்.
மென்மையானதும் நலிவானதும், முரட்டுத்தனத்தையும்
பலமானதையும் வெல்ல முடியும்.
மீன் ஆழங்களை விட்டு அகல முடியாது
அரசின் கூர்மையான கருவிகளை
மக்களுக்கு காண்பிக்க முடியாது.

குறிப்பு: பிராணனை அடக்க வேண்டுமாயின், சுருக்க வேண்டுமாயின், யோகத்தின் மூலம், மூச்சின் உட்கொள்ளலை விரிவாக்க வேண்டும்; அகந்தையைப் பலவீனமாக்க விரும்பினால், மனதை, அறிவை வலிமையாக்க வேண்டும்; உலகைப் புறந்தள்ள விரும்பினால், மக்களை முன்னேற்ற வேண்டும்; ஞானத்தை, அனைத்தையும் கடந்த மனநிலையைப் பற்றிக் கொள்ள விரும்பினால், தன் உடல், தனது பொருள் எனும் அகந்தையை விட்டுவிட வேண்டும்.

மென்மையான ஞானம், அகந்தை உட்பட அனைத்து முரட்டு பலமுடையதையும் வெல்லும்.

ஞானி, தன் மனநிலையை விட்டு உலக வாழ்வில் குதிக்க மாட்டார்.

அத்தியாயம் – 37

பரம் வினையற்று இருப்பதில் நிலையாக உள்ளது
ஆனால், அது செய்யாதது எதுவும் இங்கு இல்லை.

ஞானி இதைப் பற்றிக் கொள்வாராயின்
எல்லாப் பொருட்களும் தாங்களாகவே உருமாற்றமடையும்

உருமாறிய போதிலும் (அவை) சாதிக்க விரும்பும்.
நான் அவர்களைப் பெயரற்றதன் எளிமையால்
கட்டுக்குள் வைப்பேன்.
பெயரற்றதன் எளிமையால்
அவர்கள் ஆசையற்று இருப்பர்.

ஆசையின்றி, அசையாமையைப் பயன்படுத்தி
உலகம் தன்னைத்தானே நிலைப்படுத்திக் கொள்ளும்.

குறிப்பு: பரம் / பிரும்மம் என்பது வினையற்ற நிலையான உள்ளுறை ஆற்றல் (Static and Potential Energy). அதுதான் நிலையில்லா பொருள் மற்றும் உயிர் அனைத்தையும் இயங்க வைத்துக் கொண்டுள்ளது.

ஞானி, தன் மனத்தில் பரத்தை உணர்ந்து நிலைநிறுத்துவாராயின், பல மனிதர்களும் ஞானத்தைத் தேடிப் புறப்படுவர். பலரும் ஞானியானால், உலகம் அமைதியும் ஆனந்தமும் அடையும்.

த்தூ ஜியாங் : நற்குண செவ்விலக்கியம்
அத்தியாயம் 38 – 81 வரை

அத்தியாயம் – 38

உயர்ந்த குணநலம் குணமற்றது
எனவே அதில் நல்ல குணம் உள்ளது.

தாழ்ந்த குணநலம் தன்னுடைய குணத்தை இழப்பதில்லை
எனவே அது நற்குணம் ஆகாது.

உயர்ந்த குணநலம் திட்டம் தீட்டிச் செயல்படுவதில்லை
நிகழ்ச்சி நிரலின்றி செயல்படும்.

தாழ்ந்த குணநலம் திட்டம் தீட்டிச் செயல்படும்
நிகழ்ச்சி நிரலுடன் செயல்படும்.

உயர்ந்த நற்செயல் திட்டமுடன் செயல்படும்
அதே சமயம் நிகழ்ச்சி நிரலின்றி செயல்படும்.

உயர்ந்த நெறி திட்டமுடன் செயல்படும்
மற்றும் நிகழ்ச்சி நிரலுடன் செயல்படும்.

உயர்ந்த பழக்கங்கள் திட்டமுடன் செயல்படும்
எதிர்பார்த்த விளைவு இல்லாமல் போனால்
மற்றவர்களை இழுக்க ஆயுதங்களைப் பயன்படுத்துகின்றது.

எனவே ஞானம் தொலைந்தால், பிறகு குணநலம்
குணநலம் இழந்தால், பிறகு நற்செயல்
நற்செயல் இழந்தால், பிறகு நேர்மை
நேர்மை இழந்தால், பிறகு நற்பழக்கம்.

நற்பழக்கம் கொண்டிருப்பவர்கள்
நன்றியையும் விசுவாசத்தையும் மேலாற தாங்கி நிற்பவர்கள்
அவர்கள் குழப்பங்களின் துவக்கமாவர்.

எதிர்பார்ப்பு கொண்டவர்கள்
ஞானத்தின் மலர்கள்
அவர்கள் அறியாமையின் துவக்கம்

எனவே சிறந்த நபர்:
சாரத்தில் அமிழ்ந்துள்ளார், மெல்லிய கவசத்தில்
உறைவதில்லை
நிஜத்தில் உறைந்துள்ளார், மலரில் வாசம் செய்வதில்லை.
இப்படியாக அதை விடுத்து, இதை எடுக்கிறார்கள்.

குறிப்பு: ஞானம் குணமற்றது, மனத்தின் குணநலம் தாழ்ந்தது. ஞானி திட்டம் தீட்டி நிகழ்ச்சி நிரலுடன் செயல்படுவதில்லை. மதகுருமார்கள் திட்டம் தீட்டி, நிகழ்ச்சி நிரலுடன் செயல்படுவர். ஞானிகள் அனைவர்க்கும் நன்மை பயக்கும் காரியங்களைச் செய்தாலும், பாரபட்சமில்லாததால், நிகழ்ச்சி நிரல் இருக்காது. நெறியாளர்கள், மற்றவர்களும் தங்களைப்போலவே ஒழுக்கமாக இருக்க வேண்டுமென எதிர்பார்ப்பார்கள். கட்டுப்பாடுள்ளவர்கள், மற்றவர்களும் கட்டுப்பாட்டுடன் இருக்க வேண்டுமென எதிர்பார்ப்பார்கள், இல்லையென்றால், வன்முறையைப் பயன்படுத்தியாவது கட்டுப்பாட்டுடன் வைப்பர். எதிர்பார்ப்பு கொண்டவர்கள், தங்களுடைய ஞானப் பாதையில் கிடைத்த சித்திகளை ஊரறிய பறைச் சாற்றுவர். ஞானியோ நிஜமான சாரத்தில் அமிழ்ந்து, அமைதியாக ஆனந்தமாக உள்ளார்.

அத்தியாயம் – 39

பழங்காலத்திலிருந்து இன்றுவரை ஒருமையை அடைந்தவர்கள்:
வானம் ஒருமையை அடைந்தது, எனவே தெளிவு
பூமி ஒருமையை அடைந்தது, எனவே அமைதி
கடவுளர் ஒருமையை அடைந்தனர், எனவே இறைமை
பள்ளத்தாக்கு ஒருமையை அடைந்தது, எனவே உபரி
கணக்கற்ற பொருட்கள் ஒருமையை அடைந்தன, எனவே வாழ்வு
ஞானியர் ஒருமையை அடைந்தனர், உலகின் முன்மாதிரிகளாகினர்.
இவையெல்லாம் ஒருமையிலிருந்து எழுந்தவை.
வானம், தெளிவின்றி, துண்டாய் உடைந்துவிடும் பூமி,
அமைதியின்றி, மேலெழும்பும்
கடவுளர், இறைமையின்றி, மறைந்துவிடுவர். பள்ளத்தாக்கு,
உபரியின்றி, உதிர்ந்துவிடும்
கணக்கற்ற பொருட்கள், உயிரின்றி, அழிந்துவிடும்.
ஞானிகள், தரமின்றி, வீழ்த்தப்படுவர்.
எனவே, மேன்மை மிகுந்தவர்கள் கீழானதை
அடிப்படையாக பயன்படுத்துகின்றனர்
மேலுள்ளது கீழுள்ளதை அடித்தளமாய் உபயோகப் படுத்துகின்றது
இவ்வாறு ஞானிகள் தாங்கள் தனிமையில் ஏதுமின்றி,
தகுதியின்றி இருப்பதாய் கூறுகின்றனர்
இது கீழானதை அடிப்படையாய் பயன்படுத்துவதாகாதா?
அப்படியில்லையா?
எனவே, உச்சமான புகழ் புகழல்ல!
இரத்தின கல்லைப் போல் ஜொலிக்க விழையாதே,
பாறைகளைப் போல் மங்கலாய் இரு!

குறிப்பு: ஒருமையாதல் அனைத்தையும் இயைபுடையதாக்குகின்றது. மேல்தளம் அடித்தளத்தைச் சார்ந்துள்ளது. அடித்தளம் மறைந்துள்ள போதிலும், மேல்தளம் எழும்ப காரணமாயுள்ளது. ஆன்மா மறைந்துள்ள போதிலும், உடல் வெளிப்பட காரணமாயுள்ளது. ஒருமையோடும் முழுமையோடும் ஒன்றி நிலைத்திருத்தல், உபரி ஆற்றலை அளிக்கும். உபரி ஆற்றல் பிற உயிர்களை இயைபுடையதாக்கிக் காக்கும். ஞானிகள், உலகின் வாழ்க்கை முன்னோடிகள்.

அத்தியாயம் - 40

திரும்பிச் செல்வது ஞானத்தின் இயக்கம்
ஞானத்தை (உலக லாபத்திற்கு) பயன்படுத்திக்
கொள்பவர்கள் பலவீனர்கள்.

உலகின் கணக்கற்ற பொருட்கள் இருத்தலிலிருந்து தோன்றின
இருத்தலோ இல்லாது-இருத்தலிலிருந்து தோன்றியது.

குறிப்பு: தன்னை உடலாக எண்ணாமல், தன் மனத்தையும் தானாக
கருதாமல், அனைத்தையும் தன்னுள் கொண்ட ஒருமையின், முழுமையின்
உணர்வு நிலையான, உருவமற்றச் சாரமாக நிலைப்பதே ஞானம்.

அத்தியாயம் - 41

மேலான மக்கள் ஞானத்தைப் பற்றிக் கேட்கின்றனர்
அவர்கள் சிரத்தையுடன் நடைமுறைப்படுத்துகின்றனர்.
சராசரி மக்கள் ஞானத்தைப் பற்றிக் கேட்கின்றனர்
அவர்கள் சில சமயம் மனதில் இருத்துகின்றனர்,
சில சமயம் இழந்து விடுகின்றனர்.
கீழான மக்கள் ஞானத்தைப் பற்றிக் கேட்கின்றனர்
அவர்கள் அதைக் கேட்டு உரக்கச் சிரிக்கின்றனர்
அவர்கள் அப்படி சிரிக்கவில்லையென்றால்,
அது ஞானமாக இருக்க முடியாது.
எனவே முதுமொழி என்பது கீழ்கண்டவற்றை உள்ளடக்கும்:
தெளிவான வழி தெளிவற்றது போல் தோன்றும்
முன்னேறும் வழி பின்வாங்குவது போல் தோன்றும்
சமமான வழி மேடுபள்ளமாய் தோன்றும்
உயர்ந்த நற்குணம் பள்ளத்தாக்கைப் போல் தோன்றும்
சிறந்த நேர்மை அவமானம் போல் தோன்றும்
அரவணைக்கும் நற்பண்பு குறைவுடையதாய் தோன்றும்
நற்பண்பைக் கட்டியெழுப்புவது செயலற்றிருப்பதாய் தோன்றும்
உண்மையான சாரம் நிலையற்றதாய் தோன்றும்.
மிகச் சிறந்த சதுரத்திற்கு மூலைகள் இல்லை
மிகச் சிறந்த பிரயாண வண்டி தாமதமாய் கட்டப்படுகின்றது
மிகச் சிறந்த இசை ஒலியுனூடே கேட்க இயலாததாய் உள்ளது
மிகச் சிறந்த பிம்பத்திற்கு உருவம் இல்லை
பரம் மறைந்தும் பெயரற்றும் உள்ளது
இருப்பினும் பரம் மட்டுந்தான்
அனைத்தையும் கொடுப்பதிலும் முழுமையாக்குவதிலும்
முதன்மையாய் இருக்கிறது.

அத்தியாயம் - 42

பரம் ஒன்றை உருவாக்குகிறது
ஒன்று இரண்டை உருவாக்குகின்றது
இரண்டு மூன்றை உருவாக்குகின்றன
மூன்று கணக்கிடலடங்கா பொருட்களை உருவாக்குகின்றன
கணக்கிலடங்கா பொருட்கள், பெண்சக்தியைப்
– பின்புலத்தில் கொண்டு ஆண் சக்தியைத் தழுவிக் கொண்டு
அவற்றின் ஆற்றலை ஒன்றுபடுத்தி ஒழுங்கமைதியைப்பெறுகின்றன
மக்கள் விரும்பாத ஞானியர்களோ தங்களை
தனியனாகவும், 'ஏதுமற்றவன்', 'மதிப்பற்று
இருப்பவன்' போன்ற வாசகங்களால் சுட்டிக் கொள்கின்றனர்.
எனவே எல்லா பொருட்களும்
இழப்பதைப் போல் தோன்றினாலும் ஆதாயம் பெறுகின்றன
ஆதாயம் பெறுவதாய் தோன்றினாலும் இழக்கின்றன
மூதாதையர்கள் என்ன கற்பித்தார்களோ
அதை நானும் கற்பிப்பேன்
வன்முறையில் ஈடுபடும் ஒன்று இயல்பான
மரணத்தை அடைய முடியாது
இதை எல்லா போதனைகளிலும் முதன்மையாக பயன்படுத்துவேன்.

குறிப்பு: 'ஒன்றவன் தானே, இரண்டவன் இன்னருள், நின்றனன் மூன்றினுள், நான்குணர்ந்தான், ஐந்து வென்றனன், ஆறு விரிந்தனன், ஏழும்பர்ச் சென்றனன், தானிருந்தான் உணர்ந்தெட்டே', திருமூலரின் திருமந்திரத்தின் முதல் பாட்டு நினைவிற்கு வருகின்றதா? ஒன்று–பரம்; இரண்டு– சிவம், சக்தி; மூன்று– சத்துவ, தமஸ் மற்றும் ரஜஸ குணங்கள்.

சீன ஞானத்தில், இரண்டு– யின் (Yin) யாங் (Yang) (பெண், ஆண் சக்திகள்). மூன்று– பெண் ஆண் சக்திகள் மற்றும் இயக்கம்.

அத்தியாயம் – 43

உலகின் மிகமிருதுவான பொருட்கள்
உலகின் மிகக்கடினமான பொருட்களை வெல்கின்றன.

இல்லாது – இருக்கும் ஒன்று
வழிகளேயில்லாத ஒன்றினுள் நுழைகின்றது

பற்றற்ற செயல்களால் கிடைக்கும் நன்மைகளை
இதன் மூலம் தெரிந்துக் கொண்டேன்
வார்த்தைகளற்ற படிப்பினை!

பற்றற்ற செயல்களால் ஏற்படும் நன்மைகளை
உலகின் வேறெதோடும் ஒப்பிட முடியாது.

குறிப்பு: உருவமோ, வடிவமோ இல்லாது இருக்கும் நுண்ணிய பிரும்மம், எல்லாப் பொருட்கள் மற்றும் உயிர்களிலும் பற்றற்று ஊடுருவி இருப்பதால்தான் அவை எல்லாம் இருக்கின்றன, இயங்குகின்றன. இறைமை பற்றற்றது.

பிறருக்கான, பிறவற்றுக்கான பற்றில்லாத செயல்களால் ஏற்படும் அமைதியும், ஆனந்தமும் எதற்கும் ஈடில்லை. உலகின் பல்வேறு பகுதிகளில் இறைமையடையும் ஞானிகள் அதைத் தான் செய்கின்றனர்.

அத்தியாயம் – 44

புகழா அல்லது அகமா, எது மதிப்புமிக்கது?
அகமா அல்லது செல்வமா, எது சிறப்புமிக்கது?
இலாபமா அல்லது நஷ்டமா, எது அதிகவலி தரும்?

இவ்வாறு அளவுக்கு மிஞ்சிய பற்று ஏராளமாக செலவு
செய்வதில் முடியும்

அளவுக்கதிகமாக பதுக்குவது பெரும் நஷ்டத்தில் முடியும்

மனத்திருப்தியை அறிவது அவமானத்தைத் தவிர்க்கும்
எப்பொழுது நிறுத்தவேண்டும் எனதெரிதல்
அபாயத்தைத் தவிர்க்கும்

இவ்வாறு ஒருவர் காலவரையின்றி தாக்குப் பிடிக்கலாம்.

குறிப்பு: புகழ்க்கு மயங்கினால், ஆசைகள் உருவாகும், கருமவினையால் மறுபிறப்பு எனும் அபாயம் தோன்றும். ஞானியர்கள் கவனிக்க.

அத்தியாயம் – 45

சிறந்த நிறைவு குறைவுள்ளதாய் தோன்றுகின்றது
அதன் இயக்கம் பழுதற்றது
சிறந்த முழுமை வெறுமையாய் தோன்றுகின்றது
அதன் இயக்கம் முடிவற்றது
சிறந்த நேர்த்தன்மை வளைந்ததாய் தோன்றுகின்றது
சிறந்த திறன் மெருகூட்டப்படாததாய் தோன்றுகின்றது
சிறந்த பேச்சுத்திறன் வெளிப்படுத்த இயலாத
ஒன்றாய் தோன்றுகின்றது
அசைவு குளிரை வெல்கின்றது
அசையாமை வெப்பத்தை வெல்கின்றது
தெளிவான அமைதி உலகின் எதிர்பார்ப்பு!

அத்தியாயம் – 46

உலகம் ஞானத்தைப் பெற்றுள்ளபோது
வேகமான குதிரைகள் நிலத்தை உழுவதற்கு
அனுப்பப்படுகின்றன

உலகம் ஞானத்தை இழக்கும்போது
போர்க்குதிரைகள் போர்களத்தில் குட்டி ஈனுகின்றன

பேராசையைவிட பெரிய குற்றம் இல்லை
மனநிறைவு அடையாததைவிட பேரழிவு எதுவுமில்லை
பொறாமையைக் காட்டிலும் பெரிதான தவறு எதுவுமில்லை

எனவே மனத்திருப்தியில் கிடைக்கும் நிறைவுதான்
நிலைத்திருக்கும் நிறைவு

குறிப்பு: மனம் நிறைவு அடைந்தால்தான், ஆன்மீக அல்லது உள்முக பிரயாணம் துவங்கும். ஞானம் தழைத்தால்தான், உலகில் அமைதி நிலவும்.

அத்தியாயம் – 47

கதவுக்கு வெளியே போகாமல், உலகத்தை அறிந்துக்கொள்
சன்னலுக்கு வெளியே எட்டிப்பார்க்காமல்,
சொர்க்கத்தன்மை பெற்ற ஞானத்தைக் காண்.

ஒருவர் (அகத்தைவிட்டு) விலகிப்போக போக
குறைவாக மிகக்குறைவாகவே தெரிந்துக் கொள்வார்.

எனவே ஞானிகள்
போகாமலே தெரிந்துக் கொள்வர்
பார்க்காமலே பெயரிடுவர்
முயற்சியின்றி சாதிப்பர்.

குறிப்பு: காது, கண் போன்ற புலன்களின் உள்ளீடு இன்றி, ஞானிகள் தங்கள் அகத்தின் மூலமாய் அனைத்தையும் அறிவர். கண்ணுக்குப் புலனாகாத மன அசைவின் மூலமாகவே உலகிற்கு தேவையானதை இயங்க வைத்து சாதனை படைப்பர். அச்சாதனைகளும் இயல்பாகவே நடைபெறும்.

அத்தியாயம் – 48

அறிவின் பின்னால் போனால், தினசரி இலாபம்
ஞானத்தைப் பின்பற்றினால், தினமும் இழப்பு
பற்றற்ற செயலை ஒருவர் அடையும் வரை
இழப்பு, மென்மேலும் இழப்பு.

பற்றற்ற செயலால் ஒருவர் செய்யமுடியாதது எதுவுமில்லை
தலையிடாமையைத் தொடர்ந்துக் காப்பதன் மூலம்
உலகத்தை வெல்
(உலக காரியங்களில்) தலையிடுபவர் உலகை
வெல்வதற்கான தகுதியில்லாதவர்.

குறிப்பு: ஆசைகளை நிறைவு செய்ய அறிவு வழிகோள்கின்றது. புதிய ஆசைகளும் தோன்றும். ஞானத்தைப் பின்பற்றினால், ஆசையை, உடல்பற்றை, அகந்தையை, உறவுகளை இழக்க வேண்டியிருக்கும். பற்றற்று, பாரபட்சமின்றி செயல்படுகையில், உலகையே வெல்லலாம். உலக காரியங்களில் ஈடுபடுபவர், கர்மத்தை வளர்க்கிறார், பிறப்பெனும் நோயை வளர்க்கிறார் என பொருள்.

அத்தியாயம் – 49

ஞானிகள் நிலையான மனதைக் கொண்டிருப்பதில்லை
மக்களுடைய மனத்தைத் தங்கள் மனமாக கருதுகின்றனர்
யார் நல்லவர்களோ, அவர்களுக்கு நான் நல்லவன்
யார் நல்லவரில்லையோ, அவர்களுக்கும் நான் நல்லவன்
இதுவே நன்மையின் நற்பண்பு!

யார் நம்புகிறார்களோ, அவர்களை நான் நம்புகிறேன்
யார் நம்பவில்லையோ, அவர்களையும் நான் நம்புகிறேன்
இதுவே நம்பிக்கையின் நற்பண்பு!

ஞானிகள் உலகில் வாழ்கின்றனர்
அவர்கள் மிகவும் கவனத்துடன் தங்கள் மனத்தை
உலகிற்காக ஒன்றிணைக்கின்றனர்.

மக்கள் தங்கள் காதுகளுடனும், கண்களுடனும்
கவனத்தைச் செலுத்துகின்றனர்.

ஞானிகள் அவர்களைக் குழந்தைகளைப்போல்
பேணுகின்றனர்!

குறிப்பு: கண்கள் மூலமாகவும், காதுகள் மூலமாகவும் பெறும் அறிவு, குறைவுடையதாகவே இருக்கும். ஞானிகள் அகத்தின் மூலமாகவே அனைத்தையும் முழுமையாய் அறிவர். எனவே, ஞானிகள் மக்களை தம் குழந்தைகளாக எண்ணிப் பாதுகாத்து வளர்க்கின்றனர். ஞானிகள், பாரபட்சமற்று, தம்மைச் சுற்றியுள்ளவர்களின் நலனுக்காக வாழ்கின்றனர்.

அத்தியாயம் - 50

வாழ்விற்குள் வந்து, சாவிற்குள் நுழையும் வரை
பத்தில் மூன்றுபேர் வாழ்வைப் பின்தொடர்பவர்கள்
பத்தில் மூன்றுபேர் சாவைப் பின்தொடர்பவர்கள்
மேலும் பத்தில் மூன்று பேருடைய வாழ்க்கையும்
சாவை நோக்கியே நகர்த்தப்படுகின்றது
ஏன்? ஏனென்றால் அவர்கள் மிதமிஞ்சிய
வாழ்வை வாழ்கின்றனர்
வாழ்வை நல்லபடி வளர்க்கும் நபர்களைப் பற்றிக்
கேள்விப்பட்டுள்ளேன்
சாலைவழி பிரயாணம் செய்கையில், அவர்கள்
காண்டாமிருகங்களையோ, புலிகளையோ
எதிர்கொள்வதில்லை.
இராணுவத்தில் சேர்ந்தால், அவர்கள் ஆயுதங்களால்
காயப்படுவதில்லை
காண்டாமிருகங்கள் தங்கள் கொம்புகளால்
தாக்குவதற்கான இடமில்லை
புலிகள் தங்கள் கூர்நகங்களால் பற்றுவதற்கான இடமில்லை
வீரர்கள் தங்கள் ஆயுதங்களைச் சொருகுவதற்கான
இடமில்லை.
ஏன்? ஏனென்றால் அவர்கள் சாவதற்கான இடமேயில்லை.

குறிப்பு: விதண்டாவாதம் செய்வோர், புத்தி கூர்மையுடைய அறிவுஜீவிகள், ஆயுதம் ஏந்திய காவலர்கள் ஆகிய யாரும் ஞானிகளைத் துன்புறுத்த முடியாது. ஏனென்றால், ஞானிகள் தங்கள் உடலுக்காகவோ, ஆளுமைக்காகவோ, அதிகாரத்திற்காகவோ வாழ்வதில்லை. பிறரின் நல்வாழ்விற்காக, தம்மை இழக்கிறார்கள்

ஞானிகள்! அவர்கள்தாம் இல்லையே, பிறகெப்படி சாவது?

அத்தியாயம் – 51

ஞானம் அவர்களை உருவாக்குகின்றது
நற்பண்பு அவர்களை உயர்த்துகின்றது
பிற உயிர்கள் அவர்களை வடிவமைக்கின்றன
ஆற்றல்கள் அவர்களை முழுமையாக்குகின்றன.

எனவே எல்லா பொருட்களும் ஞானத்தை மதிக்கின்றன,
நற்பண்பைப் போற்றுகின்றன
ஞானத்திற்கான மதிப்பும், நற்பண்பிற்கான போற்றலும்
அதிகாரத்தால் விளைந்தவை அல்ல,
நிலையான இயல்புத்தன்மைகள்!

இவ்வாறு ஞானம் அவர்களை உருவாக்குகின்றது
நற்பண்பு அவர்களை உயர்த்துகின்றது
அவர்களை வளர்க்கின்றது, அவர்களுக்கு கற்பிக்கின்றது
அவர்களை முழுமையாக்குகின்றது, அவர்களைப்
பக்குவமடைய செய்கின்றது
அவர்களைச் செழிப்பாக்குகின்றது,
அவர்களைப் பாதுகாக்கின்றது

உருவாக்கினாலும் சொந்தம் கொன்டாடுவதில்லை
செயல்பட்டாலும் பீற்றிக் கொள்வதில்லை
வலிமையாக்கினாலும் ஆக்கிரமிப்பதில்லை

இது மறைஞானத்தின் நற்பண்பு எனப்படும்.

அத்தியாயம் – 52

உலகிற்கு துவக்கமுண்டு
அதை உலகின் தாயாக கருதுகின்றோம்
உலகின் தாயைக் கொண்டு
அவளின் குழந்தைகளைத் தெரிந்துக் கொள்ளமுடியும்
அவளின் குழந்தைகளை அறிந்துக் கொண்டு
அதே சமயம் தாயையும் நினைவில் வைக்கும்போது
வாழ்நாள் முழுவதும் ஆபத்தின்றி வாழ முடியும்.
வாயை மூடு
கதவுகளைச் சாத்து
வாழ்க்கை முழுவதும் கஷ்டமின்றி வாழ்ந்திடு
வாயைத் திற
விஷயங்களில் குறுக்கிடு
வாழ்நாள் முழுவதும் விமோசனமின்றி இருந்துவிடு
விவரங்களைக் காண்பது தெளிவு எனப்படும்
மிருதுவானதைப் பற்றிக் கொள்வது வலிமை எனப்படும்
அகத்திற்கு பேரழிவு எதுவுமின்றி
ஒளியைப் பயன்படுத்தி
தெளிவிற்கு திரும்பிவிடு.
இது நிலையானதை நடைமுறைப்படுத்துதல் எனப்படும்.

குறிப்பு: ஒன்றே பலவாய் ஆவதால், அந்த ஒன்றைத் தெரிந்தால் / அறிந்தால் அனைத்தையும் அறிய முடியும்.

அத்தியாயம் – 53

எனக்கு சிறிதளவு அறிவிருந்தால்
சிறந்த ஞானப் பாதையில் செல்கையில்
விலகிப்போய் விடுவோமோ என்றுதான் பயப்படுவேன்.

சிறந்த ஞானமோ அகலமானது மற்றும் சமனானது
ஆனால், மக்கள் விரும்புவதோ ஓரப்பாதைகளைத்தான்.

நீதிமன்றங்கள் இலஞ்சம் வாங்குகின்றன
நிலங்கள் தரிசாக கிடக்கின்றன
களஞ்சியங்கள் காலியாக கிடக்கின்றன.
அதிகாரிகள் விலையுயர்ந்த ஆபரணங்களை அணிகின்றனர்
கூரான கத்திகளைக் கொண்டு செல்கின்றனர்
மதுபானத்தாலும் உணவாலும் நிரப்பிக் கொள்கின்றனர்
அளவுக்கதிகமான செல்வத்தைக் குவித்துக் கொள்கின்றனர்
இது வழிப்பறிக்கொள்ளை எனப்படும்.

இது ஞானமல்ல!

அத்தியாயம் – 54

எது நன்கு நிறுவப்பட்டுள்ளதோ அதைப் பிடுங்கியெறிய முடியாது
எது இறுகப் பற்றப்பட்டுள்ளதோ அதைப் பறித்துவிட முடியாது
பின்சந்ததியினர் அதை எந்நாளும் போற்றிப் பாதுகாப்பர்.
அதை உங்களுக்குள் வளருங்கள்; அதன் நற்பண்பு உண்மையாகட்டும்
அதை குடும்பத்தில் வளருங்கள்; அதன் நற்பண்பு உபரியாகும்
அதை சமூகத்தில் வளருங்கள்; அதன் நற்பண்பு நீடித்து நிற்கும்
அதை நாட்டில் வளருங்கள்; அதன் நற்பண்பு வளங்கொழிக்கும்
அதை உலகில் வளருங்கள்; அதன் நற்பண்பு எங்கும் பரவும்.

எனவே உன்னை வைத்து மற்றவர்களைப் பார்
உன்னுடைய குடும்பத்தைக் கொண்டு, பிற குடும்பங்களைப் பார்
உன்னுடைய சமுதாயத்தை வைத்து,
பிற சமுதாயங்களைப் பார்
உன்னுடைய நாட்டை வைத்து, மற்ற நாடுகளைப் பார்
உலகைக் கொண்டு உலகைப் பார்
எதைக் கொண்டு நான் உலகை அறிவது?

இதைக் கொண்டு! (ஞானம்)

அத்தியாயம் - 55

யார் நற்பண்பை மிகுதியாய் கொண்டுள்ளார்களோ
அவர்கள் புதிதாய் பிறந்த குழந்தைகளுக்கு ஒப்பாவர்.

விஷப் பூச்சிகள் அவர்களைக் கொட்டாது
காட்டு விலங்குகள் அவர்களைப் பிராண்டாது
வேட்டையாடும் பறவைகள் அவர்களைத் தாக்காது.

அவர்களுடைய எலும்புகள் பலவீனமானவை,
தசைநார்கள் மிருதுவானவை
ஆனால் அவற்றின் பிடியோ உறுதியானது.

அவர்களுக்கு காமப் புணர்ச்சியைத் தெரியாது
ஆனால் சாரம்-முழுமையாவதால் எழுச்சியை
வெளிப்படுத்த முடியும்.

அவர்களால் நாள் முழுக்க அழுதாலும்
ஒழுங்கமைதியின் பலத்தால் தொண்டைக் கட்டிக்
கொள்ளாமல் இருக்க முடியும்.

ஒழுங்கமைதியைத் தெரிந்துக் கொள்வது நிலைத்த
தன்மை எனப்படும்

நிலைத்த தன்மையைத் தெரிந்துக் கொள்வது
தெளிவு எனப்படும்

மிதமிஞ்சிய ஆற்றலுணர்வு அபசகுணமாய் கருதப்படும்

ஆற்றலை அளவுக்கதிகமாய் பயன்படுத்தும் மனம்
ஆக்கிரமிக்கக் கூடியதாய் இருக்கும்.

பொருட்கள் வலிமையாகின்றன, பின்பு முதுமையடைகின்றன
இது ஞானத்திற்கு முரணாக கருதப்படுகின்றது

எது ஞானத்திற்கு முரணாக உள்ளதோ, அது
விரைவில் அழிந்துவிடும்.

குறிப்பு: ஒழுங்கமைதி என்பது கர்மவினைக்கு ஏற்ற இயக்கங்கள், தருமம். தெளிவான இயக்கமற்ற நிலையான தன்மையில் உறைந்து நிற்பதே புத்தம்/பிரும்மம்/பரம்.

அத்தியாயம் – 56

யார் அறிந்தார்களோ அவர்கள் பேசுவதில்லை
யார் பேசுகிறார்களோ அவர்கள் அறியவில்லை

வாயை மூடு
கதவுகளை அடை
கூரை மழுங்கடி
முடிச்சுகளை அவிழ்
கூசுவதை மங்கலாக்கு
தூசைக் கலந்துவிடு
இது மறைஞான ஒருமைநிலை எனப்படும்.

அவர்கள் இதை அடைந்தபின் மேலும் நெருங்க முடியாது
அவர்கள் இதை அடைந்தபின் மேலும் தொலைவாய்ப் போக முடியாது
அவர்கள் இதை அடைந்தபின் பயனடைய முடியாது
அவர்கள் இதை அடைந்தபின் ஊறடைய முடியாது
அவர்கள் இதை அடைந்தபின் மதிப்பிட முடியாது
அவர்கள் இதை அடைந்தபின் சிறுமைப் படுத்த முடியாது
எனவே, அவர்கள் உலகத்தால் கௌரவிக்கப்படுகிறார்கள்.

குறிப்பு: 'கண்டவர் விண்டதில்லை, விண்டவர் கண்டதில்லை' என்பதை நினைவு கூர்க. 52 க்கான குறிப்பைப் பார்க்க. வினையாற்றும் உடலுறுப்புகளை செயலறச் செய்தாலும், புலன்களின் மூலம் புதிய உள்ளீடுகள் (inputs) வராமலிருக்க உடலின் வாசல்களை மூடினாலும், அறிவானது மனதில் ஓடும் எண்ண பிம்பங்களை கூறு போட்டு ஆராயும். அதைத் தடுக்க வேண்டும். குடும்பத்தோடும் புற உலகத்தோடும் உள்ள பந்தங்களை அவிழ். ஞானம் கூடக் கூட பந்தங்கள் தானாகவே அவிழும்.

நாம் மூன்று உடல்களால் ஆக்கப் பட்டுள்ளோம். பௌதிக (தூல) உடல், சூட்சும உடல் மற்றும் காரண உடல். சூட்சும உடல் பெயருக்கேற்றவாறு, கண்ணுக்குப் புலனாகாதது. அது பௌதிக உடலைச் சுற்றி உள்ளது. சூட்சும உடல், நிலம், நீர், தீ, காற்று, ஆகாயம் ஆகிய ஐந்து பூதங்களின் தூய சாரங்களின் கலவையாலானது. இந்த சூட்சும உடலில்தான், காரண உடல் பதிந்துள்ளது. பெயருக்கேற்றவாறு, காரண உடல் தான் பிறவிக்கே காரணமாகின்றது.

காரண உடல் மூன்று குணங்களாக பதிவு பெற்றுள்ளன. காரண உடலின் மூன்று குணப்பதிவுகள் முறையே தாமசம் (எதிர்மறை, சோம்பல்), இராஜசம் (நேர்மறை,ஆற்றல், வேகம்) , சத்துவம் (நடுநிலை, விவேகம்). இவை, எண்ணம், சொல், செயல் ஆகிய வினைகளால் வெவ்வேறு குணங்களாக, வெவ்வேறு வலிவுடன் பதிகின்றன. இவைதான் மனதின் மூலமாக, ஆசைகளாக, புலன்களைத் தூண்டுகின்றன. இவற்றைப் புரிந்துக் கொண்டால், அறிவின் இயக்கம் வேகம் இழந்து அடங்கும்.

அறிவின் கூர்மை அடங்கியப் பின், மன மாய கவசத்தைக் கடந்தப் பின், விஞ்ஞான மாய கவசத்தில், இராஜச குணத்தின் ஒளிச்சிதறல்கள் அகக் கண்ணைக் கூச வைக்கும். மோனத்தவத்தைக் கலைக்கப் பார்க்கும். அப்பொழுது தாமச சோம்பலுக்கு ஆட்படாமல், சத்துவ விவேகத்தோடு,

பொறுமையாக, பதற்றமின்றி, கவனத்தை நெஞ்சக்குகையில் நிறுத்தி வைத்தால், தூசாக மாறிப் போனது போன்ற உணர்வுநிலை தோன்றும். உடல் பற்றிய உணர்வின்றி, அகம் பற்றிய ஆணவமின்றி, ஒப்பிடமுடியாத அமைதியுடனும், ஆனந்தத்துடனும், தூய அறிவுடன் கூடிய விழிப்பு நிலை தோன்றும்.

இதுவே ஒருமை நிலை அல்லது முழுமை நிலை எனலாம். இதை அடைந்தப் பிறகு அடைவதற்கு என்று ஏதும் இருக்காது.

அத்தியாயம் – 57

பாரபட்சமற்ற நேர்மையுடன் நாட்டை நிர்வகி
எதிர்பாரா யுக்திகள் கொண்ட இராணுவத்தை உள்ளிறக்கு
குறுக்கீடின்றி உலகை எடுத்துக் கொள்.
இது இப்படித்தான் என்று எனக்கு எப்படித் தெரியும்?
கீழ்காண்பவற்றை வைத்து:
உலகில் பலப்பல கட்டுப்பாடுகள் இருக்கையில்,
மக்கள் மென்மேலும் வறுமையாக்கப்படுகின்றனர்
மக்கள் பல கூரான ஆயுதங்களை வைத்திருக்கையில்
நாடு மென்மேலும் குழப்பம் அடைகின்றது.
மக்கள் பல சாமர்த்தியமான குறுக்கு வழிகள் கொண்டிருக்கையில்
பல வினோதமான விஷயங்கள் நிகழ்கின்றன.
அதிக சட்டங்கள் போடப்போட
அதிக கொள்ளையர்களும் திருடர்களும் உருவாகின்றனர்.
எனவே ஞானி சொல்கிறார்:
நான் பற்றற்ற செயலை மேற்கொள்கிறேன், மக்கள்
தாங்களாகவே மாறிவிடுகின்றனர்
நான் அமைதியைத் தேர்ந்தெடுக்கிறேன், மக்கள்
தங்களைத் தாங்களே திருத்திக் கொள்கிறார்கள்
நான் தலையிடுவதில்லை, மக்கள் தங்களைத் தாங்களே
செழுமைப்படுத்திக் கொள்கின்றனர்
எனக்கு ஆசைகளில்லை, மக்கள் தங்களைத் தாங்களே
எளிமையாக்கிக் கொள்கின்றனர்.

குறிப்பு: அரசியல் ஆட்சியாளர்களும் ஞானிகளானால், மக்களை ஆள்வது மிகவும் எளியது.

அத்தியாயம் – 58

ஆட்சி ஆடம்பரமாய் இல்லாமல் இருந்தால்
மக்கள் எளிமையாகவும் நேர்மையாகவும் உள்ளனர்

ஆட்சி மிகவும் கண்டிப்பானால்
மக்கள் சாமர்த்தியமாகவும் தந்திரமாகவும் உள்ளனர்

அதிர்ஷ்டம் எதைச் சார்ந்திருக்கிறது என்பதுதான்
துரதிர்ஷ்டம்
அதிர்ஷ்டம் எங்குள்ளதோ அதன்கீழ் துரதிர்ஷ்டம்
மறைந்திருக்கிறது
யாருக்குத் தெரியும் அதன் கடைசி முடிவு?
அவைகளுக்கு நிர்ணயிக்கப்பட்ட வளைவு ஏதுமில்லை.

நேர்மை திரும்புகையில் விநோதமாய் மாறுகின்றது
நன்மை திரும்புகையில் மோசமாய் மாறுகின்றது
(ஏன்? என்ற) மக்களின் குழப்பம்
நெடுங்காலம் நீடிக்கிறது.

எனவே ஞானிகள்:
கடுமையான விமர்சனமின்றி நேர்மையாய் இருப்பர்
குத்திக் காட்டாமல் தீயவழி செல்லாமல் இருப்பர்
நேர்மையாய் இருப்பினும் ஈவிரக்கமின்றி இருக்க மாட்டார்கள்
ஜொலிப்பின்றி பிரகாசமாய் இருப்பர்.

அத்தியாயம் – 59

மக்களை ஆள்வதிலும் சரி, மேலுலகத்திற்கு சேவை புரிவதிலும் சரி சேமிப்பது போன்று வேறேதும் இல்லை

சேமிப்பைக் கொண்டுதான் முன்னதாகவே
அர்ப்பணிப்பதாய் கூற முடியும்
முன்னதாய் அர்ப்பணிப்பது என்பது நற்பண்புகளைச்
சேர்ப்பதற்கு முக்கியத்துவம் தரவேண்டும் என்பதாகும்
நற்பண்புகளைச் சேர்ப்பதென்றால் ஒருவரால் வெல்ல
முடியாதது எதுவுமேயில்லை என்று பொருள்
ஒருவரால் வெல்ல முடியாதது எதுவுமேயில்லை என்றால்,
அவருடைய எல்லைகள் அறியமுடியாதவை
கட்டுப்பாடுகள் எதுவும் இல்லாததால்,
அனைத்தையும் ஆளும் சக்தியைப் பெறமுடியும்
சக்தியின் இந்த மூலக்கொள்கையைக் கொண்டு ஒருவர்
எக்காலமும் வாழ முடியும்.
இது 'ஆழமான வேர்கள்' என்றும் 'உறுதியான அடித்தளம்'
என்றும் அழைக்கப்படுகின்றது
நீண்ட ஆயுளுக்கும் நிலைத்த இலட்சியத்திற்குமான
ஞானம் இது.

அத்தியாயம் – 60

ஒரு பெரிய நாட்டை ஆள்வதென்பது ஒரு சிறிய
மீனைச் சமைப்பது போன்றது

உலகை ஆள ஞானத்தைப் பயன்படுத்தினால்
உலகின் இராட்சதர்கள் வலிமையிழப்பர்

உலகின் இராட்சதர்கள் மட்டும் வலிமையிழப்பார் என்றில்லை
உலகின் கடவுளர்களும் மக்களுக்கு ஊறு விளைவிக்க மாட்டார்கள்

உலகின் கடவுளர்கள் மக்களுக்கு ஊறு விளைவிக்காதது மட்டுமல்ல
ஞானிகள்கூட மக்களுக்கு ஊறு விளைவிக்க மாட்டார்கள்
இருவரும் ஒருவருக்கு ஒருவர் தீங்கு விளைவிக்காதிருப்பர்

எனவே நற்பண்புகள் ஒன்றிணைந்து
நன்மையைத் தருகின்றன.

அத்தியாயம் - 61

மிகப்பெரும் நாடென்பது மிகவும் பள்ளத்தில் ஓடும்
நதியைப் போன்றது
உலகின் ஒன்றுசேரும் முனை!

உலகின் கவனஞ் செலுத்தும் பெண்மணி
அமைதியை தாழ்வான நிலையாக பயன்படுத்தி
பெண் எப்பொழுதும் அமைதி மூலம் ஆணை வெல்கிறாள்.

இப்படியாக, பெரிய நாடு சிறிய நாட்டைவிட
ஆர்ப்பாட்டமின்றி இருந்தால், பிறகு
சிறிய நாட்டைக் கைப்பற்ற முடியும்

சிறிய நாடு பெரிய நாட்டைவிட கீழ்நிலையில் இருந்தால்
பிறகு அதை பெரிய நாட்டால் எடுத்துக் கொள்ள முடியும்.

ஒன்று மற்றதை எடுத்துக் கொள்ள கீழ்நிலையைப் பயன்படுத்துகின்றது
மற்றதோ தன்னை எடுத்துக் கொண்டுவிட
கீழ்நிலையைப் பயன்படுத்துகிறது

பெரிய நாடு மக்களை ஒன்று சேர்த்துப் பாதுகாக்க
மட்டுமே விழைகின்றது

சிறிய நாடோ மக்களோடு இணையவும்
சேவை செய்யவுமே விழைகின்றது

இரண்டும் தாங்கள் விழைவதை அடைய வேண்டுமானால்
பெரியது கீழான நிலையைக் கொள்ள வேண்டும்.

அத்தியாயம் – 62

ஞானம் எல்லாவற்றிலும் ஆச்சர்யமானது
கருணையுள்ள மனிதரின் பொக்கிஷம்
கருணையில்லா மனிதரின் பாதுகாப்பு.

புகழ்ச்சி வார்த்தைகளால் மக்களுடைய மதிப்பை வெல்ல முடியும்
புகழக்கூடிய செயல்களால் மக்களை மேம்படுத்த முடியும்
கருணையில்லா மக்களை எப்படி கைவிட்டுவிட முடியும்?

எனவே பேரரசருக்கு மகுடம் சூட்டும்போது
மூன்று அமைச்சர்களை நிர்மாணிக்கும்போது
நான்கு குதிரைகளுக்கு முன்னால் இரத்தின கற்களை
காணிக்கைச் செலுத்தினாலும்
ஞானத்தில் வீற்றிருப்பதற்கு ஈடாக எதையும் ஒப்பிட முடியாது.

ஏன் மூதாதையர்கள் இஞ்ஞானத்தை அவ்வளவு மதித்தனர்?
யார் தேடுகிறார்களோ அவர்கள் கண்டடைவார்கள் என்று
கூறப்படவில்லையா?

குற்ற உணர்வுகள் இருப்பவர்களின் தவறுகள்
சுட்டிக் காட்டப்படமாட்டாது
எனவே, அது உலகில் அதிக மதிப்புடையது.

குறிப்பு: ஞானிகள் அனைவரையும், கெட்டவர்களையும், நம்பாதவர்களையும் கூட காக்கின்றனர். எனவே ஞானிகள், நல்லவர்களையும் நம்புகிறவர்களையும் மட்டும் காக்கும் பேரரசரைக் காட்டிலும், உயர்ந்தவர்கள்.

அத்தியாயம் – 63

செயல்படாமல் செயல்படு
குறுக்கிடாமல் நிர்வகி
சுவைக்காமல் சுவையறி
பெரியதோ, சிறியதோ, பலவோ, சிலவோ
வெறுப்புக்கு நற்பண்புடன் பதிலிறு.
மிக எளிய காரியங்கள் மூலம்
கடினமான காரியங்களைத் திட்டமிடு
மிக சிறிய காரியங்கள் மூலம்
பெரிய காரியங்களை நிறைவேற்று
உலகின் கடினமான காரியங்கள்
எளிய காரியங்கள் மூலம் கையாளப்பட வேண்டும்
உலகின் பெரிய காரியங்கள்
சிறிய காரியங்கள் மூலம் கையாளப்பட வேண்டும்
எனவே வாழ்நாள் முழுவதும் ஞானிகள் பெருங்காரியங்களை
செய்ய முனைவதே இல்லை.
இப்படியாக அவர்கள் சிறப்பை எய்துகின்றனர்.
யார் வாக்குறுதிகளை எளிதாக வழங்குகிறார்களோ,
அவர்களிடம் நம்பிக்கை வைக்கக் கூடாது
யார் பல சிறிய காரியங்களைக் காண்கிறார்களோ,
அவர்கள் கடினத்தை எதிர் கொண்டாக வேண்டும்
எனவே, ஞானிகள் காரியங்களைக் கடினமானதாக் கருதுகின்றனர்
அதனால், வாழ்க்கை முழுவதும் அவர்கள்
கடினங்களை எதிர் கொள்வதில்லை.

அத்தியாயம் – 64

அமைதியாய் இருக்கையில், நடத்திச் செல்வது எளிது
அறிகுறிகள் தோன்றாதபோது, திட்டமிடுவது எளிது
மிருதுவாய் இருக்கையில் உடைப்பது எளிது
சிறியதாய் இருக்கையில் பரப்புவது எளிது

அது இன்னும் துவங்காதபோதே அதன் மீது செயல்படு
குழப்பம் வருவதற்கு முன்பே அதைத் தீர்க்கப் பார்.

இருகைகளாலும் கட்டிப் பிடிக்க முடியாத மரம்
மிகச்சிறிய நாற்றிலிருந்தே வளர்கின்றது.

ஒன்பது அடுக்கு கோபுரம்
அழுக்குக் குவியலிலிருந்தே துவங்குகின்றது.

யார் குறுக்கிடுகிறார்களோ அவர்கள் தோற்பார்கள்
யார் பற்றிக் கொள்கிறார்களோ அவர்கள் இழப்பார்கள்
எனவே, ஞானிகள் குறுக்கிடுவதில்லை, எனவே தோற்பதில்லை
அவர்கள் பற்றிக் கொள்வதில்லை, எனவே இழப்பதில்லை.

மக்கள் காரியங்களைக் கையாள்வதில்
பலசமயம் முடியும் தருவாய்க்கு வந்து தோற்கின்றனர்
அவர்கள் துவக்கத்தில் இருந்ததைப் போல் க
டைசிவரை கவனமுடன் இருந்தால்
அவர்களுக்கு தோல்வி என்பது கிடையாது.

எனவே, ஞானிகள் விரும்பாமல் இருக்க விரும்புகிறார்கள்
பெறுவதற்கு கடினமான பொருட்களை அவர்கள் மதிப்பதில்லை

மக்களை குறைகளிலிருந்து மீட்க
எல்லாவற்றின் இயல்புக்கும் உதவிட
குறுக்கிட துணியாமல்
கற்றதைக் கைவிட கற்கிறார்கள்.

குறிப்பு: மனம் அமைதியாய் இருக்கையில் வழி நடத்துவது எளிது. அகந்தை கெட்டிப் படாதபோதே உடைப்பது எளிது. எண்ணம் எழும்போதே விலகி நின்று அதை வலுவிழக்கச் செய்ய வேண்டும். ஒன்பது கதவுகளையுடைய உடல், அழுக்குக் குவியலிலிருந்தே உருவாகின்றது. எண்ணக் குறுக்கீட்டால் ஞானத்தை அடைய முடியாது. எண்ணமற்ற நிலையை நிலைநிறுத்தினால் ஞானம் வழி காட்டும். தன் உடல், மனம், புற உலகைப் பற்றிக் கொள்பவர்கள் ஞானத்தை அடையும் வாய்ப்பை இழப்பார்கள். ஞானத்திற்கான முயற்சி விடா முயற்சியாக இருக்க வேண்டும்.

அத்தியாயம் – 65

பண்டைக் காலத்தில் ஞானத்தில் முதிர்ச்சி பெற்றோர்
மக்களை மேலும் சாமர்த்தியமாக்க அதைப் பயன்படுத்தவில்லை
எளிமையாக வைத்திருக்கவே பயன்படுத்தினர்.
மக்களை நிர்வகிப்பதில் ஏற்படும் கடினத்திற்கு காரணம்
அவர்களுடைய அளவுக்கதிகமான சாமர்த்தியத்தனம்.
எனவே, நாட்டையாள சாமர்த்தியத்தனத்தைப்
பயன்படுத்துவது என்பது
அரசின் திருடனாய் இருப்பதாகும்.
அரசாள்வதில் சாமர்த்தியத்தனத்தைப்
பயன்படுத்தாமல் இருப்பது
அரசுக்கு கிடைத்த நல்வரம் எனலாம்.
இவை இரண்டும் இரண்டு தரங்கள் என அறிந்துக்கொள்
எப்பொழுதும் இத்தரங்களைத் தெரிந்துக் கொள்வது
மறைஞான நற்பண்பு எனலாம்.
மறைஞான நற்பண்பு: உன்னதமானது! நீண்டு சென்றடையக் கூடியது!
பொருள்ரீதியான விஷயங்களுக்கு எதிராக சென்று
பிறகு, அது பெருஞ்சங்கமத்தை அடைகின்றது.

குறிப்பு: பொருள்ரீதியான ஆசைகளுக்கு முடிவே இல்லை. சாமர்த்தியத்தனம் பொருள் ரீதியான ஆசைகளுக்கும், பந்தக்களுக்குமே வழிகோளும். பொருளால் மனநிறைவு கிடைக்காது. மனம் நிறைவடைந்தால், பொருள் மேல் ஆசை குறையும். மனநிறைவு ஆன்மீக பிரயாணத்தின் முதல் அடி.

அத்தியாயம் – 66

நதிகளும் சமுத்திரங்களும் நூறு பள்ளத்தாக்குகளுக்கு
இராஜாவாக இருக்கின்றன
கீழாக தங்கி இருக்கும் அவைகளின் நற்குணத்தால்
அவை நூறு பள்ளத்தாக்குகளுக்கு இராஜாவாக இருக்கலாம்.

எனவே ஞானிகள் மக்களுக்கு மேலாக இருக்க விழைந்தால்
அவர்களிடம் அவர்கள் பணிவாக பேசவேண்டும்

மக்களுக்கு முன்பாக இருக்க விழைந்தால்
அவர்களுக்குப் பின்பாக தங்களை இருத்திக் கொள்ள வேண்டும்.

இவ்வாறாக ஞானிகள் மேனிலையியில் வைக்கப் படுகின்றனர்,
ஆனால், மக்கள் பாரமாக உணரவில்லை.

அவர்கள் முன்னே நிறுத்தப்படுகின்றனர்,
ஆனால், மக்கள் ஊறாக உணர்வதில்லை.

இவ்வாறு உலகம் உளமாற அவர்களை முன்னுக்கு தள்ளுகிறது.

அவர்கள் போட்டியிடாத காரனத்தால்
உலகம் அவர்களிடம் போட்டியிட முடியாது.

அத்தியாயம் – 67

உலகில் உள்ள அனைவரும் என்னுடைய ஞானத்தை
சிறந்ததாக கூறுகின்றனர்.
அது என்னவோ ஒப்பிடுவதற்கு அப்பால் உள்ளது.
அதனுடைய சிறப்பால்தான், அது ஒப்பிடுவதற்கு
அப்பாலுள்ளதுபோல் தோன்றுகிறது.
அதை ஒப்பிடமுடியுமென்றால்,
அது ஏற்கனவே எப்போதோ அவசியமற்றதாய் போயிருக்கும்.
என்னிடம் மூன்று பொக்கிஷங்கள் உள்ளன
அவற்றைப் பற்றிக் கொண்டு பாதுகாத்து வருகிறேன்.
முதலாவது, எல்லா உயிர்களிடத்தும் அன்பு எனப்படும்.
இரண்டாவது, சேமிப்பு எனப்படும்.
மூன்றாவது, உலகில் எல்லோர்க்கும் முன்னதாக போக துணியாதது.
எல்லா உயிர்களிடத்தும் அன்பு செலுத்துவதால்,
தைரியம் கொள்ள முடிகின்றது
சேமிப்பதால், பரந்து சென்றடைய முடிகின்றது
உலகில் எல்லோர்க்கும் முன்னதாக போக துணியாததால்
தலைமையேற்க முடிகின்றது.
ஒருவர் துணிவைக் கொண்டு அன்பை ஒதுக்கி விடுவாராயின்
அவர் பரவலாக சென்றடைவார், ஆனால் சேமிப்பை ஒதுக்கி விடுவார்.
முன்னால் போவார், பின்னால் நிற்பதை ஒதுக்கி விடுவார்.
பிறகு மரணம்!
ஒருவர் எல்லார்க்குமான அன்புடன் போரிட்டால், பிறகு வெற்றி
தற்காப்புடன் போரிடின், பிறகு பாதுகாப்பு.
வானம் அவர்களைக் காப்பாற்றும்
பேரன்பு அவர்களைக் காக்கும்.

குறிப்பு: ஞானியர் அனைத்தையும் அனைவரையும் சமமாக பாவிப்பர். அன்பு என்பது அவர்களின் இயல்பான வாழ்வு முறை. உயிர்ப்பாற்றல் அவர்களிடம் உபரியாகின்றது. அவர்களுடைய பணிவு அவர்களை சமூக தலைமையேற்க வைக்கின்றது.

அத்தியாயம் – 68

சிறந்த தளபதிகள் போர்விரும்பிகள் அல்லர்
சிறந்த போராளிகள் கோபங் கொள்ள மாட்டார்கள்
எதிரிகளைத் தோற்கடிக்க வல்லவர்கள்,
அவர்களோடு போரிடுவதில்லை.

மக்களை நிர்வகிக்கும் திறனுடையவர்கள்
தங்களைத் தாழ்த்திக் கொள்கின்றனர்.

இது போட்டியிடா நற்பண்பு எனப்படும்
இது மக்களை நிர்வகிக்கும் சக்தி எனப்படும்

இது வானுடன் இயைந்திருப்பது எனலாகும்
இது மூதாதையர்களின் அடிப்படையான குறிக்கோளாகும்.

அத்தியாயம் – 69

இராணுவத்தைப் பயன்படுத்துவது பற்றி
ஒரு பழமொழி உண்டு:

நான் விருந்தளிப்பவராக இருக்க துணியாமல்,
விருந்தாளியாக இருக்க விரும்புவேன்.

ஒரு அங்குலம் முன்னேற துணிய மாட்டேன், ஆனால்
ஒரு அடி பின்வாங்க விரும்புவேன்.

இது அணியின்றி அணிவகுப்பு செய்வது எனப்படும்
போர்கருவிகளின்றி போர்கருவிகளை உயர்த்துவது
எதிரிகளின்றி எதிரிகளைப் பிடித்துக் கொள்வது
ஆயுதங்களின்றி ஆயுதங்களை ஏந்துவது.

எதிரியைக் குறைத்து மதிப்பிடுவது ஏறக்குறைய
என்னுடைய பொக்கிஷத்தை இழந்தது போலாகும்.

எனவே, எல்லாவிதத்திலும் சமமான
இராணுவங்கள் சந்தித்தால்,
எது பேரன்பு கொண்டதோ
அது வெல்லும்!

அத்தியாயம் – 70

என்னுடைய வார்த்தைகள்
புரிந்துக்கொள்வதற்கு எளிமையானவை,
நடைமுறைப்படுத்த சுலபமானவை.

(ஆனால்) உலகத்தால் புரிந்துக் கொள்ள முடியாது,
நடைமுறைப்படுத்த இயலாது.

என்னுடைய சொற்களுக்கு அடிப்படை உள்ளது.
என்னுடைய செயல்களுக்கு குறிக்கோள் உள்ளது.

மக்கள் இதைத் தெரிந்துக் கொள்வதில்லை,
எனவே அவர்கள் என்னைப் புரிந்துக் கொள்வதில்லை.

என்னைப் புரிந்தவர்கள் சிலர் மட்டுமே,
அவர்களால் நான் உயர்வாக மதிக்கப்படுகின்றேன்.

எனவே, ஞானிகள் சாதாரண உடைகள் உடுத்துகின்றனர்,
ஆனால் இரத்தினங்களை வைத்துள்ளனர்.

அத்தியாயம் - 71

உனக்குத் தெரியாது என்பதைத் தெரிந்துக் கொள்வது,
மிக உயர்ந்தது.
தெரியாததைத் தெரிந்ததாய் நீ நினைப்பது தவறானது.

எப்பொழுது ஒருவர் பிழையை பிழையாக ஏற்றுக் கொள்கிறாரோ,
அப்பொழுதுதான் ஒருவர் பிழையற்று இருக்க முடியும்.

ஞானிகள் பிழையற்று உள்ளனர்.
ஏனெனில், அவர்கள் பிழையை பிழையாக அங்கீகரிக்கின்றனர்.
எனவேதான், அவர்களால் குறையற்று இருக்க முடிகின்றது.

அத்தியாயம் - 72

மக்கள் அதிகாரத்தைக் கண்டு பயப்படாதபோது
மாபெரும் சக்தியாக வெளிப்படுகின்றனர்.

அவர்களுடைய இடத்தைக் குறுக்காதீர்கள்
அவர்களுடைய வாழ்வாதாரத்தை மறுக்காதீர்கள்.

ஏனென்றால், ஆள்பவர் அவற்றை மறுப்பதில்லை.
எனவே, அவர்கள் ஆள்பவரை விலக்குவதில்லை.

எனவே ஞானிகள்:
தங்களை அறிவார்கள், ஆனால், தங்களைத் தாங்களே
புகழ்ந்தேற்ற மாட்டார்கள்.
தங்களை மதித்துக் கொள்வர், ஆனால் தங்களைத்
தாங்களே பெருமைப் பாராட்ட மாட்டார்கள்.

இவ்வாறு அதை விடுத்து இதனைக் கைக் கொள்கின்றனர்.

குறிப்பு: ஆட்சியாளர்கள் கவனிக்க: வாழ்வாதாரங்களை மக்களுக்கு தாருங்கள், அவர்கள் எப்பொழுதும் உங்களை விலக்க மாட்டார்கள்.

அத்தியாயம் – 73

எதிர்ப்பதில் துணிந்தவன் கொல்லப்படுகின்றான்
எதிர்ப்பதில் துணியாதவன் பிழைத்துக் கொள்கிறான்.
இருவரில் ஒருவர் நன்மைய அடையலாம், மற்றவர்
தீங்கு அடையலாம்.
மேலுலகத்தால் வெறுக்கப்பட்டாரோ? யாருக்குத்
தெரியும் காரணம்?
ஞானிகள்கூட இதைச் சிக்கலாய் காண்கின்றனர்.

விண்ணுலக ஞானம்:
போட்டியிடுவதில்லை, ஆனாலும் வெல்வதில்
தனித்தோங்கி நிற்கின்றது.
பேசுவதில்லை, ஆனாலும் பதிலிறுப்பதில்
தனித்தன்மையுடன் விளங்குகின்றது.
அழைக்கப்படுவதில்லை, ஆனாலும் தானாகவே
வந்துவிடுகின்றது.
அவசரப்படுவதில்லை, ஆனாலும் திட்டமிடுவதில்
சிறந்து விளங்குகின்றது.
வானுலக வலை விசாலமானது, தளர்ந்தது ஆனாலும்
எதையுமே நழுவியோட விடுவதில்லை!

அத்தியாயம் - 74

மக்கள் சாவைக் கண்டு பயப்படுவதில்லை
அவர்களை எப்படி மரணத்தால் பயமுறுத்த முடியும்?

மக்களை எப்பொழுதும் மரணத்தைக் கண்டு பயப்பட வைத்தால்...
பிறகு சட்டத்திற்கு புறம்பாக செயல்படுவர்களை
நான் சிறைப்பிடித்துக் கொல்லுவேன்!

யார் துணிவார்கள்?

அனைத்திற்கும் மரணத்தை நிறைவேற்றும் ஒன்று
இருந்து கொல்கின்றது.

அனைத்திற்கும் மரணத்தை நிறைவேற்றுபவருக்குப் பதில்
நாம் கொல்வது
அறுப்பதில் சிறந்த தச்சனுக்கு, பதிலாட்களை இருத்துவதாகும்.

யார் அறுப்பதில் சிறந்த தச்சனுக்கு, பதிலாக வருகின்றார்களோ
அவர்கள் தங்கள் கைகளைக் காயப்படுத்திக் கொள்ளாதது அபூர்வம்!

அத்தியாயம் - 75

மக்களின் வறுமை
ஆள்பவரின் மிதமிஞ்சிய வரிவிதிப்பால் ஏற்படுகின்றது
எனவே பட்டினி கிடக்கிறார்கள்.

மக்களை ஆள்வதில் ஏற்படும் சிக்கலுக்கு காரணம்,
ஆள்பவர் அவசியமின்றிக் குறுக்கிடுவதால்!
எனவே அவர்களை ஆள்வது கடினம்.

மக்கள் சாவைப் பற்றிக் கவலைப்படுவதில்லை,
காரணம், ஆள்பவர் தம் வாழ்விற்காக அபரிதமாக
கொட்டிக் கொள்கின்றனர்.
எனவே அவர்கள் சாவைப் பற்றிக் கவலைப்படுவதில்லை.

எனவே வாழ முயலாதவர்கள்
வாழ்வை மதிப்பவர்களைக் காட்டிலும்
மேலான நிலையில் உள்ளனர்.

அத்தியாயம் – 76

உயிரோடு இருக்கையில், உடல் மிருதுவாகவும்
நெகிழ்ந்துக் கொடுக்கக் கூடியதாகவும் உள்ளது.
இறந்த பிறகு, அது கடினமாகவும் வளையாததாகவும் மாறிவிடுகின்றது

எல்லா உயிருள்ள பொருட்களும், புல்லும் மரங்களும்
உயிரோடிருக்கையில் மிருதுவாகவும் வளையக் கூடியதாகவும் உள்ளன.
இறந்த பிறகு உலர்ந்து விரிசல் விடுகின்றன.

இப்படியாக, எது கடினமாகவும் விறைத்தும் நிற்கிறதோ
அது சாவைப் பின்தொடர்வதாய் உள்ளது.

எது மிருதுவாகவும் விட்டுக் கொடுக்கக் கூடியதாய் உள்ளதோ
அது வாழ்வைப் பின்தொடர்வதாய் உள்ளது.

எனவே நெளிவு சுளிவில்லாத இராணுவம் வெற்றி பெறாது
உறுதியான மரம் வெட்டப்படும்
பெரியதும் கண்டிப்பானதும் கீழான நிலையைப் பிடித்துக் கொள்ளும்.

மிருதுவானதும் வளைந்துக் கொடுக்கக் கூடியதுமே
உயர்ந்த நிலையைப் பிடித்துக் கொள்ளும்.

அத்தியாயம் – 77

விண்ணுலக ஞானம்
வில்லை இழுப்பதற்கு ஒப்பாகும்.

கீழே கொண்டு வா மேலுள்ளதை
மேலெழுப்பு கீழுள்ளதை
குறை அதிகமாயுள்ளதை
கூட்டு குறைவாயுள்ளதற்கு.

வின்ணுலக ஞானம்
அதிகத்தைக் குறைத்து
குறைவிற்கு கூட்டும்.

மக்களுடைய ஞானம் அப்படியில்லை
மிகையாய் உள்ளதற்குக் காணிக்கையாக்க
குறைவாயுள்ளதை மேலும் குறைக்கும்.

யாரால் தங்கள் உபரியை உலகுக்கு அளிக்க முடியும்?
யார் ஞானத்தை அடைந்தார்களோ அவர்களால்தான்!

எனவே, ஞானிகள் எதிர்பார்ப்பின்றிச் செயல்படுகின்றனர்
உரிமை கோராமல் சாதிக்கின்றனர்
அவர்கள் தங்கள் நற்குணத்தை வெளிக்காட்ட விரும்புவதில்லை.

அத்தியாயம் – 78

உலகில் நீரைக் காட்டிலும் மிருதுவானதோ
பலவீனமானதோ ஒன்றில்லை.

ஆயினும், கடினமானதையும் பலமானதையும்
மீறிவருவதற்கு அதைவிட மேலான ஒன்றில்லை.

இது ஏனெனில், வேறேதும் அதை ஈடு செய்ய முடியாது.

பலவீனமானது பலத்தை மீறிவரும்
மிருதுவானது கடினத்தை மீறிவரும்
உலகிலுள்ள அனைவருக்கும் தெரியும்
ஆனால், நடைமுறைப்படுத்த முடியாது.

எனவே ஞானிகள் சொல்கின்றனர்:
யார் அரசின் அவமானப்படுத்தலை ஏற்றுக்கொள்கிறார்களோ
அவர்கள் அதன் முதலாளி.

யார் அரசின் துரதிர்ஷ்டத்தை ஒப்புக்கொள்கிறார்களோ
அவர்கள் அரசின் அரசனாக ஆகின்றனர்.

உண்மை இதற்கு எதிரானதுபோல் தோற்றமளிக்கின்றது.

அத்தியாயம் - 79

ஒரு பெரிய தகராறைத் தீர்த்து வைத்த பிறகு
மிச்ச சொச்ச மனக்கசப்புகள் இருக்கவே செய்யும்
இதை எப்படி நல்லதாய் கருதமுடியும்?

எனவே, ஞானிகள் ஒப்பந்தத்தின் நிறைவேறாத
பகுதியை முன்னிறுத்துவார்கள்.
ஆனால், மற்ற நபரிடமிருந்து கட்டவேண்டிய
தொகையைக் கேட்க மாட்டார்கள்.

யார் நற்பண்பைக் கொண்டவர்களோ அவர்கள்
ஒப்பந்தத்தை முன்னிறுத்துவார்கள்.
யார் நற்பண்பில்லாது இருக்கிறார்களோ அவர்கள்
வசூலை முன்னிறுத்துவார்கள்.

விண்ணுலக ஞானத்திற்கு வேண்டியவர்கள் யாருமில்லை
கருணையுள்ள மக்களுக்கு அது எப்பொழுதும்
வழங்கிக் கொண்டுள்ளது.

குறிப்பு: ஒப்பந்தத்தை முன்னிறுத்துவதும், வசூலை முன்னிறுத்துவதும் ஒன்று போலத் தோன்றும். ஆனால், உளவியல் நோக்கில் பார்க்கையில், வசூலை முன்னிறுத்துவது கடனை வாங்கியவரை ஈவிரக்கமின்றிப் பார்ப்பதாகும். ஒப்பந்தத்தை முன்னிறுத்துவது, கடனை வாங்கியவர் தானாகவே தன் இயலாமையைக் கூறி அதை எப்பொழுது தன்னால் கட்ட முடியும் என்று கூறச் செய்துவிடும்.

அத்தியாயம் – 80

சிறிய நாடு, குறைவான மக்கள்
அவர்கள் பல ஆயுதங்களை வைத்திருக்கட்டும்,
ஆனால் அவற்றைப் பயன்படுத்த வேண்டாம்.

மக்கள் மரணத்தை மிகமுக்கியமானதாய் கருதட்டும்
வெகுதூரத்திற்கு சென்று குடியேற வேண்டாம்.

அவர்களிடம் படகுகளும் இரதங்களும் இருந்த போதிலும்,
அவர்கள் அவற்றை எடுத்துச் செல்லத் தேவையில்லை

அவர்களிடம் கவசங்களும் ஆயுதங்களும் இருந்த போதிலும்,
அவர்கள் அவற்றை வெளிக்காட்ட தேவையில்லை

மக்கள் முடிச்சைக் கட்டவும் பயன்படுத்தவும் திரும்பி வரட்டும்
தங்களுடைய உணவைச் சுவைக்கட்டும்
தங்களுடைய துணிகளைக் கண்டு வியக்கட்டும்
மனநிறைவுடன் தங்கள் வீட்டில் இருக்கட்டும்
பழக்க வழக்கங்களில் மகிழ்ச்சியாய் இருக்கட்டும்.

அண்டைய நாடுகள் ஒன்றை ஒன்று பார்க்கின்றன
சேவல்கள் மற்றும் நாய்களின் சத்தத்தை
ஒரு நாட்டிலிருந்து மற்றைய நாடு கேட்கின்றது.
மக்கள் வயதாகி சாகின்றவரை
ஒருவர் மற்றவரோடு சேர்ந்து போய் வருவதில்லை.

அத்தியாயம் – 81

உண்மையான வார்த்தைகள் அழகானவை அல்ல
அழகான வார்த்தைகள் உண்மையல்ல.

யார் நல்லவர்களோ அவர்கள் விதண்டாவாதம் செய்வதில்லை
யார் விதண்டாவாதம் செய்கிறார்களோ அவர்கள் நல்லவர்கள் அல்ல
யாருக்கு தெரியுமோ அவர்கள் பரந்த அறிவில்லாதவர்கள்
யார் பரந்த அறிவுள்ளவர்களோ அவர்களுக்கு தெரியாது

ஞானிகள் சேர்த்து வைப்பதில்லை
எவ்வளவுக்கு அதிகமாய் மற்றவர்களுக்கு உதவுகிறார்களோ
அவ்வளவுக்கு அதிகமாய் அவர்கள் பெறுகிறார்கள்.

எவ்வளவு அதிகமாக மற்றவர்களுக்கு கொடுக்கிறார்களோ
அவ்வளவு அதிகமாக அடைகிறார்கள்.

விண்ணுலக ஞானம்
நன்மை பயக்கிறது, தீங்கு விளைவிப்பதில்லை.

குறிப்பு: யார் தமக்கு தெரியும் என நினைக்கிறார்களோ, அவர்கள் பரந்த அறிவில்லாதவர்கள். யார் பரந்த அறிவுள்ளவர்களோ, அவர்களுக்கு தாம் அப்படியிருப்பதே தெரியாது.

முடிவுரை

பிரபஞ்சம், எதிலிருந்து தோன்றியது? இருத்தலின் முதல் காரணம் என்ன? எதுவும் இல்லாமையிலிருந்து இருத்தல் உருவாகுதல் சாத்தியமா? வெளி, வடிவம், வண்ணம், ஒலி, இயக்கம் இல்லாதிருக்கலாம். ஆயினும் ஏதோவொன்று இருந்திருக்க வேண்டுமே. பன்மை இல்லாதிருக்கலாம், ஆனால் ஒருமையாவது இருந்திருக்க வேண்டுமே. அந்த ஒருமை என்ன? பிரபஞ்சத்தின் மூலக்கூறு என்ன? ஒன்று இரண்டானதென்றால், இரண்டு மூன்றானதென்றால், மூன்று பலவானதென்றால், அந்த ஒன்று என்ன? இரண்டு என்னென்ன? மூன்று யாவை? ஒன்றே இரண்டானதென்றால், இரண்டிலும் அந்த ஒன்றின் குணம் இருக்க வேண்டுமல்லவா? அக்குணம் என்ன?

எல்லாப் பொருட்களும் அதனதன் மூலக்கூறுகளாலானவை. மூலக்கூறை அணுக்களாக பிரிக்கலாம். வெவ்வேறு அணுவை ஆராய்ந்தால் காண்பது, அடிப்படையில் மூன்று வகையான துகள்களே, ஒன்று நேர் மின்னூட்டம் கொண்டவை (Positively Charged particles), இரண்டு எதிர் மின்னூட்டம் கொண்டவை (Negatively Charged particles), மூன்று நடுநிலை மின்னூட்டமற்றவை (Neutral Chargeless particles). எல்லா அணுக்களிலும் இதே மூன்று வகையான துகள்களே உள்ளன என்பது விந்தைக்குறிய விடயம். இத்துகள்களின் வெவ்வேறு கட்டமைப்புகளுக்கு ஏற்றவாறு, அணுவின், மூலக்கூறின், தனிமத்தின், பொருளின் குணம் மாறுபடுகின்றது. எனவே மூன்றே பலவாக உருவாகி-யிருப்பதன் அடிப்படை இதுவாக இருக்கலாம்.

ஒரு அணுவின் கட்டமைப்பை, நடுநிலையிலுள்ள மின்னூட்டமற்ற துகள்களே நிலையாக தக்க வைக்கின்றன. நடுநிலைத் துகள்கள் மின்னூட்டமற்றவை என்று சொல்வதைவிட, எதிர் மின்னூட்டமும் நேர் மின்னூட்டமும் இரண்டறக் கலந்துவிட்ட துகள்கள் எனலாம். அப்பொழுதுதான், அவைகளுக்கிடையிலான கட்டுமானத்தின், உறவின், இயக்கத்தின் அடிப்படை தெளிவாகும். நடுநிலைத்துகள்களின் சமன் நிலை குலையும்போது, ஒட்டு மொத்த அணுவின் கட்டுமானமும் உடைந்துச் சிதறுகின்றது. ஒரு குறிப்பிட்ட வெளியில், நேர் மின்னூட்டத் துகள்களும் எதிர்மின்னூட்டத்துகள்களும் சமன்நிலையில் இருக்கும்போது, நடுநிலைத் துகள்கள் இல்லாதபோது, ஒன்றின் நிலைத்த தன்மையாலும், மற்றதன் இயக்கத் தன்மையாலும், முடிவில்லாத போராட்டம் மட்டுமே மிஞ்சும். எனவே நடுநிலைத் துகள்களின் உருவாக்கத்தால்தான், இருத்தலால்தான் குறிப்பிட்ட தனிப்பட்ட பொருளும் இயக்கமும் சாத்தியமாகின்றன.

நேர் மின்னூட்டத் துகள்கள் பொருண்மையானவை. எதிர் மின்னூட்டத் துகள்கள் ஏறக்குறைய பொருண்மையற்றவை. ஆனாலும் சமன் நிலையை எய்தக்கூடியவை, பேணக்கூடியவை. பொருண்மையற்ற எதிர் மின்னூட்டத் துகள்கள் எப்படி பொருண்மையான நேர் மின்னூட்டத் துகள்களை சமமாக எதிர்கொள்கின்றன. இதை ஆவிக்கும் (Spirit) பொருளுக்கும் (Matter) உள்ள தொடர்பு எனலாம். ஆவியில் சிறிதளவேனும் பொருண்மை இருப்பதுபோல், பொருளிலும் சிறிதளவாவது ஆவித்தன்மை இருந்திடல் வேண்டும். யின் (Yin) யாங் (Yang) கை நினைவு கூர்க. இவை முற்றிலும் தனித்தனியாக இருக்கவோ, இயங்கவோ முடியாது. இரண்டும் சேர்ந்தே இருக்க வேண்டிய கட்டாயம் உல்ளது. ஆவியும் பொருளும் எங்கிருந்து உருவாகியிருக்க முடியும்? வெறும் ஆவியிலிருந்தோ, வெறும் பொருளிலிருந்தோ இவை உருவாகியிருக்க முடியாது. எதிர் மின்னூட்டமும் நேர் மின்னூட்டமும் இரண்டறக் கலந்துவிட்ட நடுநிலைத்துகள்கள் போன்று, ஆவியும் பொருளும் இரண்டறக் கலந்த ஒன்றிலிருந்தே ஆவியும், பொருளும் தோன்றியிருக்க வேண்டும். எனவே ஆவியும் பொருளும் இரண்டறக் கலந்த ஒன்று, ஒருமை என்றழைக்கப்படுகின்றது. இந்த ஒருமையின் தன்மை இரண்டிலும் இருக்கின்றது, மூன்றிலும் இருக்கின்றது, பலவான ஒவ்வொன்றிலும் இருக்கின்றது. ஒருமையின்றி எதுவும் இல்லை.

ஆவியும், பொருளும் இரண்டறக் கலந்துவிட்டதால்தான், அந்த ஒருமையின் குணங்களை பொருட்களைப் போன்று புலன்களால் அறியமுடிவதில்லை. ஆனாலும், உடலும், மனமும், பிராணனும் கட்டுக்குள் வரும்போது, அகக் கண்களில் அந்த ஒருமையின், முழுமையின் ஒளி வைரமாய் ஜொலிக்கின்றது, ஆற்றல் வெள்ளமும், காந்தப்புலமும் உடலால் உணரப்படுகின்றது, அனுபவிக்க முடிகின்றது. ஆற்றல், காந்தப்புலம், ஒளி ஆகிய மூன்றையும் ஒருசேர உணர்கையில், அமைதியும் ஆனந்தமும் அகத்தை மூழ்கடிக்கின்றது. இந்த பிரபஞ்சமே தங்க கருப்பையாக (Hiranyagarbha) மாறுகின்றது. அகம் அதில் வளர்கின்றது. புதிய உணர்வுநிலை பிறக்கின்றது, பிரபஞ்சமாய் நிலைக்கின்றது.

உயிர் என்பது என்ன? சக்கரங்கள் யாவை? சக்கரங்களுக்கும் முக்கிய உடலுறுப்புகளுக்கும் உள்ள தொடர்பு என்ன? பிராணன் என்றால் என்ன? மூச்சுக்கும் பிராணனுக்கும் உள்ள தொடர்பு என்ன? பிராணனுக்கும் கர்ம வாசனைக்கும் உள்ள உறவு என்ன? கர்ம வாசனைகளுக்கும் மனத்திற்குமான தொடர்பு என்ன? கர்ம வாசனைகளுக்கும் சூட்சும உடலுக்கும் உள்ள தொடர்பு என்ன? ஆவி என்பது என்ன? அகம் என்பது என்ன? ஆன்மா என்பது என்ன?

உயிர் என்பதை ஒரு தனிப்பொருளாகவோ அல்லது தனி உறுப்பின் இயக்கமாகவோ கருத முடியாது. உயிர் இருக்கும் இடம் எது? உயிர் உடலின் எல்லா பாகங்களிலும் இருப்பதை உணர்கிறோம். உயிர் இதயத்தில் மையமாய் உள்ளதா? அல்லது மூளையிலா? கல்லீரல், இதயம், நுரையீரல், மூளை ஆகிய யாவும் ஒன்றோடொன்று நெருங்கிய தொடர்புடையன. ஒன்றின்றி மற்றவை சரிவரவோ, நெடுங்காலமோ இயங்க முடியாது. முன்பெல்லாம் இதயத்துடிப்பு நின்று விட்டால், உயிர் பிரிந்துவிட்டதாய்

கருதினோம். இப்பொழுதோ, மூளையின் இயக்கம் நின்று விட்டால், உயிர் பிரிந்துவிட்டதாய் கருதுகிறோம். உடலில், மூளையில்தான் கடைசியாக துடிப்பு அடங்குகின்றது. ஏனென்றால், இதயத்திலிருந்து ஏற்கனவே ஏற்றப்பட்ட இரத்தம் கொஞ்சம் கொஞ்சமாக மூளையின் மெல்லிய நாளங்கள் வழியாக சென்று அடங்கும் வரையில்தான் அத்துடிப்பும் இருக்கும். எனவே மூளையில் உயிர் நிலைக்கொண்டிருப்பதாய் கருதுவதும் தவறானதாகும். மூளை கடைசியாக துடிப்பு அடங்குகிற உடலுறுப்பு, அவ்வளவுதான். அப்படியென்றால் உயிர் எங்குள்ளது?

இதயமும், மூளையும் தனி உறுப்புகளாய் உருவாகும் முன்பே, தாயின் வயிற்றில் உள்ள கருவில் உயிர் உள்ளதல்லவா? அப்படியென்றால், தாய் முட்டைக்கருவிற்கும், தந்தை விந்துக்கருவிற்கும் இடையிலான இடைவிடாத உறவு உயிராக இருக்குமா? மூலாதாரத்திற்கும் ஆக்ஞைக்கும் உள்ள உறவு உயிரைப் பலப்படுத்துகின்றதா? பிராணன்தான் எல்லா சக்கரங்களையும் சரிவர இயக்குகின்றதா? சக்கரங்களின் இயக்கத்தாலும் அவை மையம் கொண்டுள்ள இடங்களில் உள்ள சுரப்பிகளால்தான் உடலின் முக்கிய உறுப்புகள் ஒழுங்காக இயங்குகின்றனவா? பிராணயாமத்தின் துவக்கத்தில் (மூச்சையடக்கி, உடலை, உடலினுள் ஏற்படும் துடிப்பைக் கவனிக்கும்போது) ஒருவித மேலும் கீழுமான இயக்கம் தண்டுவடத்தில் நிகழ்வதை உணரலாம். இந்த இயக்கமே பிராணன். பிராணயாமத்தின் அடுத்த நிலையில் பிராணன் மனத்தில் ஏற்படுத்தும் இயக்கத்தையும் அறியலாம். பிராணனே உடலையும் மனத்தையும் இயக்குகின்றன. பிராணனை நெஞ்சில் நிலைநிறுத்துகையில், உடல் மற்றும் மனம் பற்றிய உணர்வுகள் மறைய ஒரு ஏகாந்த உணர்வுநிலை அகத்தில் உருவாகும். அந்த உணர்வு நிலையை அகத்தில் பற்றிக்கொண்டு, மூச்சை இழுக்கும் போதும், விடும்போதும், அதே நிலையில் இருந்தால், சகஞ ஞான மனோநிலை உண்டாகும்.

பிராணனை இயக்குவது எது அல்லது யார்? காரண உடம்பு அல்லது முற்பிறப்புகளின் கர்மவாசனைகள்! எனவே கர்ம வாசனைகளே உடலையும் மனத்தையும் இயக்குகின்றன! கர்ம வாசனைகள் என்றால் என்ன? சிந்தனை, சொல், செயல் ஆகிய 3 வினைகளால் மனதில்/ஞாபகத்தில் ஏற்படும் பதிவுகளே! அப்பதிவுகள் உள்ளுறை ஆற்றல்களாக மாறுகின்றன. கர்மவாசனைகள் எப்படி யுள்ளன? ஆற்றலின் முக்குணங்களாக! அவை யாவை? சத்துவ, ராஜச, தமஸ! அவை எங்குள்ளன? சூட்சும உடம்பில்! சூட்சும உடம்பு எப்படி உள்ளது? பஞ்சபூதங்களின் கதிர் ஆற்றல் வடிவில்! சூட்சும உடம்பு எங்குள்ளது? பௌதிக உடலை ஒட்டியும் சுற்றியும்! உடல் இறக்கிறதென்றால், உயிர் பிரிகிறதென்றால், கர்ம வாசனைகளால் இயக்கப்பட்ட பிராணனின் மேலும் கீழுமான இயக்கம் ஒடுங்குகிறது என பொருள். உடலின் உள்ளே சக்கரங்களின் இயக்கம் நிற்கிறது, மூளை உள்பட முக்கிய உறுப்புகள் இயங்க மறுக்கிறன, உடலும் இறக்கின்றது. இப்பிறப்பின் புதிய பதிவுகள் கர்மவாசனைகளாக (உள்ளுறை ஆற்றல்களாக) மாறுகின்றன. இப்பிறப்பின் கர்ம வாசனைகளும் பழைய பிறப்புகளின் எஞ்சிய கர்ம வாசனைகளும், பஞ்சபூதங்களின் கதிர் ஆற்றலில் பதிந்து ஆவியாக உடலை விட்டு நீங்குகின்றது.

அகம் என்பதும் ஆன்மா என்பதும் ஒன்றே! உளவியல் கூறுவது மனத்தின் வெவ்வேறு இயக்கங்கள் பற்றித்தான், அகத்தைப் பற்றி அல்ல. உடல் பற்றி தனதெனும் உரிமை உணர்வும், தான் எனும் மனம் பற்றிய தனித்த உணர்வும் இன்றி எஞ்சி நிற்கும் உணர்வுநிலையை அகம் எனலாம். அந்த உணர்வுநிலை மாறாமல் தொடர்ந்து நிலைத்தால், அதுவே ஆன்மா!

ஒருமையைப்பற்றிய ஞானமும், தனிமனிதன் பற்றிய ஞானமும் தெளிவாகி, இரண்டிற்கும் பொதுவாய் உள்ள அகம் அல்லது ஆன்மாவாய் நிலைப்பதே முக்தி. அந்த நிலை அமைதி நிலை, ஆனந்த நிலை. அது ஞானமுடன்-கூடிய-உணர்வுநிலை! பிரும்ம நிலை! அவ்வாறு ஒருமை நிலையில் நிலைக்கின்ற காரணத்தால், பொருண்மையான உடலும், ஆவித்தன்மையான மனமும், இரண்டு தன்மைகளும் சேர்ந்த கர்ம வாசனைகளும் வலுவிழக்கின்றன. ஆசைகளும், எண்ணங்களும், கர்மங்களும் இல்லாது ஒழிகின்றன. புதிய கர்ம வாசனைகள் இன்றி, பிறப்பும் இனி இல்லை. பூரண விடுதலை!

ஞானமடைந்த அகத்திற்கு, வேறுபாடுகள் இல்லை, பாகுபாடுகள் இல்லை. யாவரையும் ஒன்று போல் பாவிக்கும், இயற்கையைப் போன்று. தனி மனத்தை இழந்து உலகத்தையே, பிரபஞ்சத்தையே அடைவது ஞானம்!

ஆசிரியனின் பிற நூல்கள்

1. காதல் போயின்...
2. Jesus, the Yogi
3. சங்கமம்
4. Inner and Outer
5. Flakes of Snow
6. Testament
7. சொல்லாக்கியம்
8. திருக்குறள் – ஒரு மறுவாசிப்பு
9. தொல்காப்பியம் – பொருளும் விளக்கமும்